രക്തസാക്ഷിയുടെ ഒസ്യത്ത്

INSIGHT PUBLICA

Nadakkavu, Kozhikode, Kerala, 673011
www.insightpublica.com
e-mail: insightpublica@gmail.com
Title: **Rakthasakshiyude Osyath**
Author: **Sureshkumar Kannooru**
(Malayalam)
First Edition: May 2022
Cover & Layout: kjvj@insight

Printed and Published by
InsightinPublica Printers & Publishers Pvt. Ltd.
ISBN 978-93-5517-276-1
₹ 159

രക്തസാക്ഷിയുടെ ഒസ്യത്ത്

സുരേഷ്കുമാർ കന്നൂർ

INSIGHT PUBLICA

1970 മെയ് പതിമൂന്നിന് കോഴിക്കോട് ജില്ലയിലെ കന്നൂരിൽ ജനനം അമ്മ: അരീക്കൽ സാവിത്രി. അച്ഛൻ: പരേതനായ മണമൽ ഗോപാലൻ. കൊയിലാണ്ടി കോതമംഗലം ജി.എൽ.പി സ്കൂൾ മുതൽ ഗവ:ആർട്സ് ആന്റ് സയൻസ് കോളേജ് മീഞ്ചന്ത വരെയുള്ള വിദ്യാലയങ്ങളിൽ പഠനം. വിരൽ മാസികയുടെ കുറുങ്കഥാ പുരസ്കാരം, യുവകലാസാഹിതി യുടെ മിനിക്കഥാപുരസ്കാരം എന്നിവ ലഭിച്ചു. ഹരിതം ബുക്സ് പ്രസിദ്ധീക രിച്ച ആരോ (കവിതാസമാഹാരം), ബോസ്റ്റൺ ടീപാർട്ടിയും അടിമത്ത നിരോധനവും (ബാലസാഹിത്യം) എന്നിവ കൃതികൾ.

ഭാര്യ : പങ്കജ. മക്കൾ: നിസ്വന, ആവണി

മേൽവിലാസം :'ചേതന', മണമൽ, കൊയിലാണ്ടി പി.ഒ,
കോഴിക്കോട് ജില്ല 673305

ഫോൺ : 9946367643

സുരേഷ്കുമാർ കന്നൂർ

ആമുഖം

ഈ ലഘുപുസ്തകത്തിന് രണ്ടു ഭാഗങ്ങളാണുള്ളത്. അതാതു കാലത്തെ ഭരണ-രാഷ്ട്രീയ-സാമൂഹ്യ പ്രശ്നങ്ങളോടുള്ള അഭിമുഖീകരണങ്ങളാണ് ആദ്യഭാഗം. രണ്ടാം ഭാഗമാവട്ടെ, ഒരേ സമയം കഥാ-കവിതാ-ലേഖന സമാഹാരങ്ങളിൽ ചിലതിന്റെ ആസ്വാദനങ്ങളാവുമ്പോൾതന്നെ എന്റെ എളിയ സാമൂഹ്യ വിചിന്തനങ്ങൾക്കും വിമർശനങ്ങൾക്കുമുള്ള ഉപാധികളായി മാറിത്തീർന്ന രചനകളാണ്.

വിവിധ ആനുകാലികങ്ങളിൽ പ്രസിദ്ധീകൃതമായവയാണ് മേൽ സൂചിപ്പിച്ചവയിൽ മുക്കാൽ പങ്കും. അവയെ പരിഗണിച്ച പത്രാധിപ സമിതികളെ ഈ മുഹൂർത്തത്തിൽ കൃതജ്ഞതയോടെ സ്മരിക്കട്ടെ. ഈ കുഞ്ഞു പുസ്തകം പ്രസിദ്ധീകരിക്കാൻ തയ്യാറായ ഇൻസൈറ്റ് പബ്ലിക്കയോടുള്ള നന്ദി വാക്കുകൾക്കതീതമാണ്.

ഉള്ളടക്കം

രണ്ടാംഭാഗം

ഒന്നാം ഭാഗം

രാമക്ഷേത്ര നിർമ്മാണം ഭക്തിപ്രസ്ഥാനമല്ല

"പൂജാദികർമ്മങ്ങൾ ആരംഭിച്ചുവോ, എന്താണ് അയോധ്യയിൽ നിന്നുള്ള വിശേഷങ്ങൾ?" ഒരു മലയാളം ചാനലിൽ നിന്നും ഉത്തർപ്രദേശിലെ അയോധ്യയിലെ ലേഖകനോട് 2020 ഓഗസ്റ്റ് അഞ്ചിനുള്ള ചോദ്യമാണിത്. ഇതു കേൾക്കുന്ന ഒരാൾക്ക് തോന്നുക രാമജന്മഭൂമി പ്രസ്ഥാനമെന്നത് ഭക്തർക്ക് തീർത്ഥവും പ്രസാദവും നല്കി പുരോഗമിച്ച ഒന്നാണെന്നായിരിക്കും. പ്രത്യേകിച്ച് ഇന്ന് ഒരു മുപ്പത് വയസ്സുള്ള സാധാരണ മനുഷ്യർക്ക് ഇങ്ങനെ തോന്നിയാൽ അത്ഭുതവുമില്ല. ബാബ്റി മസ്ജിദുമായി ബന്ധപ്പെട്ട നിയമനടപടികൾക്കു മാത്രമാണല്ലോ അവർ സാക്ഷി. എന്നാൽ കേന്ദ്രത്തിൽ അധികാരത്തിൽ വരാനായി ചോരപ്പുഴകൾ സൃഷ്ടിച്ചുകൊണ്ട് നടത്തിയ ഇന്ത്യ കണ്ട ഏറ്റവും വഞ്ചനാപരവും മനുഷ്യത്വഹീനവുമായ പ്രവർത്തനങ്ങളാണ് രാമക്ഷേത്രത്തിനു വേണ്ടി നടത്തിയത്. 1980കൾ മുതൽ അരങ്ങേറിയ ബാബ്റി മസ്ജിദ് ധ്വംസന പദ്ധതികൾക്ക് സാക്ഷിയാവേണ്ടി വന്ന 1970കളിലെങ്കിലും പിറന്ന തലമുറയിൽപ്പെട്ടവർക്ക് ചോരയുറഞ്ഞു പോയ ആ നരവേട്ടകളുടെ നാളുകൾ മറക്കാനാവില്ല.

1989 ൽ ആർ.എസ്.എസുകാർക്ക് ബാബ്റി മസ്ജിദ് നിന്ന ഭൂമിയിൽ ശിലാസ്ഥാപനം നടത്താൻ അനുമതി കൊടുക്കുകയും അതേ വർഷം നടന്ന ലോക്സഭാതെരഞ്ഞെടുപ്പിന്റെ പ്രചരണോദ്ഘാടനം

അയോധ്യയിൽ നിന്നാക്കുകയും ചെയ്ത കോൺഗ്രസ്സിനെ കണ്ട് അത്ഭുതസ്തബ്ധരായി നിന്നവരാണ് നമ്മൾ. അന്ന്, ഇന്നത്തെ അമിത് ഷാ മോഡൽ ഒരു നീണ്ട കുറിയുമായിട്ടാണ് പ്രധാനമന്ത്രി രാജീവ്ഗാന്ധി തെരഞ്ഞെടുപ്പ് പ്രചരണവേദിയിലെത്തിയത്. കോൺഗ്രസിന്റെ ചരിത്രത്തിൽ മതത്തിനും രാഷ്ട്രീയത്തിനുമിടയിൽ നെഹ്റുവിയൻ യുഗത്തിലുടനീളം കൃത്യമായി നിലനിന്നിരുന്ന അതിർവരമ്പുകൾ ഇന്ദിരാഗാന്ധിയുടെ കാലം മുതലേ നേർത്ത് തുടങ്ങിയെങ്കിലും അത് തീർത്തും മായുന്നതാണ് 1989ൽ കണ്ടത്. തുടർന്ന് 1990ൽ ബാബ്റി മസ്ജിദ് തകർക്കാനാക്രോശിച്ചുകൊണ്ടുള്ള എൽ.കെ.അദ്വാനിയുടെ രഥയാത്ര ആരംഭിക്കുകയും അത് കടന്നു പോയ നാട്ടുകളിലെല്ലാം ആർ.എസ്.എസ് തീവ്രവാദികൾ വർഗ്ഗീയ കടന്നാക്രമങ്ങളിലൂടെ മുസ്ലീം വേട്ട നടത്തുകയും ചെയ്തു. കേരളത്തിൽ കെ.രാമൻ പിള്ളയുടെ നേതൃത്വത്തിൽ അനുബന്ധ രഥം ഉരുണ്ടപ്പോൾ വർഗ്ഗീയ കാലുഷ്യത്തിലേക്ക് അത് കടന്നുപോയ സ്ഥലങ്ങളെല്ലാം എടുത്തെറിയപ്പെട്ടു. വർഗ്ഗീയ ആക്രമണങ്ങളിൽ കേരളത്തിൽ പോലും മനുഷ്യർ കൊല്ലപ്പെടുകയും ചെയ്തു. ആ വർഷം സെപ്റ്റംബറിൽ ബീഹാറിൽ വെച്ച് രഥം തടഞ്ഞ് അദ്വാനിയെ അറസ്റ്റ് ചെയ്തു എന്നതായിരുന്നു ഇക്കാര്യത്തിൽ ദേശീയ രാഷ്ട്രീയത്തിൽ ഉയർന്നുവന്ന ഏക ശുഭവാർത്ത.

ഇന്ത്യയുടെ വിശാല ഗ്രാമങ്ങളിലുടനീളം ബോധപൂർവ്വം വർഗ്ഗീയാസ്വാസ്ഥ്യം വിതച്ചുകൊണ്ടും വർഗ്ഗീയ കൊലപാതകങ്ങൾ അഴിച്ചുവിട്ടുകൊണ്ടുമാണ് ബാബ്റി മസ്ജിദ് തകർക്കാനുള്ള ഓരോ രാഷ്ട്രീയ നീക്കങ്ങളും മുന്നേറിയത്. ഇത് 1992 ഡിസംബർ ആറിന് പതിനായിരക്കണക്കിന് കർസേവകർ ബാബ്റിമസ്ജിദ് തകർത്തതിൽച്ചെന്ന് കലാശിച്ചു. ലോകത്തിലെ ഏറ്റവും വലിയ ജനാധിപത്യ രാജ്യമെന്ന് കേളികേട്ട ഇന്ത്യയിലെ പോലീസ്-സൈനിക സംവിധാനങ്ങളെ മരവിപ്പിച്ചു നിർത്തിയാണ് കോൺഗ്രസ്സുകാരനായ പ്രധാനമന്ത്രി നരസിംഹറാവു ഇതു സാധിപ്പിച്ചു കൊടുത്തത്. ഏതാനും ദിവസങ്ങൾക്ക് മുമ്പ് ബാബ്റി മസ്ജിദ് തകർക്കുന്നത് തടയാൻ എന്തു നടപടിയുമെടുക്കാൻ ഇന്ത്യയിലെ മുഖ്യരാഷ്ട്രീയ പാർട്ടികൾ ദേശീയോദ്ഗ്രഥന സമിതി യോഗത്തിൽ നൽകിയ അനുമതിക്ക് കടലാസുവില കല്പിക്കാതെയാണ് റാവു നിയമസംവിധാനത്തെ മരവിപ്പിച്ചു നിർത്തി സംഘപരിവാർ അഴിഞ്ഞാട്ടത്തിന് പച്ചക്കൊടി വീശിയത്. കർസേവ റിപ്പോർട്ട് ചെയ്യാനെത്തിയ മാധ്യമ പ്രവർത്തകരെ മതവും രാഷ്ട്രീയവും ചോദിച്ചുകൊണ്ട് നേരിട്ട പൈശാചികമായ സംഭവത്തിനു മുന്നിൽ അന്ന് ഇന്ത്യ വിറങ്ങലിച്ചു നിന്നു. ജനാധിപത്യത്തിന്റെ നാലാം നെടുംതൂണ് അന്ന്

ഭയവിഹ്വലമാലമായതിന്റെ അളവും തോതും എൻ.എസ്.മാധവന്റെ 'തിരുത്ത്' എന്ന ചെറുകഥ കൃത്യമായി കോറിയിട്ടിട്ടുണ്ട്. കാവി റിബൺ തലയിൽ കെട്ടി ജയ്ശ്രീറാം വിളിച്ചതുകൊണ്ടു മാത്രമാണ് അന്ന് പല പത്രപ്രവർത്തകരും ഭൂരിപക്ഷ വർഗ്ഗീയത ചുടല നൃത്തമാടിയ അയോധ്യയിൽ നിന്നും രക്ഷപ്പെട്ടത്. ഭരണകൂട സംവിധാനങ്ങളുടേയും കോൺഗ്രസ്സ് നേതൃത്വത്തിന്റെയും നിരുപാധിക പിന്തുണയൊന്നുകൊണ്ടും അവരുടെ രക്ഷാകർതൃത്വത്തിലുമാണ് അന്ന് ബാബ്റി മസ്ജിദ് തകർക്കാനും തുടർന്ന് രാജ്യമെങ്ങും തേർവാഴ്ച നടത്താനും ആർ.എസ്.എസിന് തുണയായത്. തുടർന്ന് 1993 ൽ നടന്ന ബോംബെ കലാപത്തിൽ ആയിരങ്ങൾ കശാപ്പ ചെയ്യപ്പെട്ടു. കുട്ടികളുടെ കളിക്കളങ്ങളിൽ പോലും മതവൈരം നിറയുന്ന തലത്തിലേക്ക് സമൂഹത്തെ വിഷലിപ്തമാക്കുകയായിരുന്നു സംഘപരിവാർ. സ്വാതന്ത്ര്യസമര സേനാനികളുടെ ഇന്ത്യ ഇതുകണ്ട് വിറങ്ങലിച്ചു നിന്നു.

2002 ൽ ഗുജറാത്തിൽ ആർ.എസ്.എസ് അഴിച്ചുവിട്ട വംശഹത്യയിൽ ഇന്ത്യയിലാദ്യമായി ഡോക്ടർമാരെ വരെ അണിനിരത്താൻ കഴിഞ്ഞു. വെറുപ്പിന്റെ മലവെള്ളപ്പാച്ചിലായിരുന്നു അത്. ഇന്നത്തെ പ്രധാനമന്ത്രിയായ നരേന്ദ്രമോഡി അന്ന് ഗുജറാത്ത് മുഖ്യമന്ത്രി സ്ഥാനത്തിരുന്ന് കൂട്ടക്കൊലയ്ക്ക് കാവൽ നിന്നു. ബാബ്റി മസ്ജിദ് പ്രശ്നത്തിൽ ഏറ്റവുമൊടുവിൽ ഇന്ത്യയുടെ പരമോന്നത നീതിപീഠത്തിൽ നിന്നുവരെ സംഘപരിവാറിനനുകൂല വിധിയുണ്ടായി. വിധി പ്രസ്താവിച്ച ഭരണഘടനാബെഞ്ചിലെ പ്രമുഖനെ രാജ്യസഭാംഗമാക്കി ബി.ജെ.പി പ്രത്യുപകാരവും ചെയ്തു. 1949 ഡിസംബർ 22ന് മസ്ജിദിൽ രാമവിഗ്രഹം ഒളിപ്പിച്ചു കടത്തിയതിനു കൂട്ടുനിന്ന ഫൈസാബാദ് ജില്ലാ മജിസ്ട്രേട്ട് കെ.കെ.നായരെ ജനസംഘം ടിക്കറ്റിൽ മത്സരിപ്പിച്ചു വിജയിപ്പിച്ചതുപോലെ.

എന്നാൽ 1990 കളല്ല ഈ ഇരുപത്തൊന്നാം നൂറ്റാണ്ട്. ഇപ്പോൾ ബി.ജെ.പി രാജ്യത്ത് അധികാരത്തിലാണ്. ആർ.എസ്.എസിന്റെ എല്ലാ അജണ്ടകളും ഒന്നൊന്നായി നടപ്പാക്കുകയാണവർ. ഇത് കാശ്മീരിലെ പട്ടാള വാഴ്ചവരെ എത്തി നില്ക്കുന്നു. 2014ൽ അധികാരമേറ്റ മോഡിയുടെ ഭരണത്തിൻ കീഴിൽ പശുവിശുദ്ധിയുടെ പേരിൽ ക്ഷീരകർഷകരും മതന്യൂനപക്ഷങ്ങളും ഒന്നിനു പിറകേ ഒന്നായി കൊലചെയ്യപ്പെട്ടു. ജയ്ശ്രീറാം എന്ന മുദ്രാവാക്യം വിളിക്കാത്തവരുടെ തല തല്ലിപ്പൊളിക്കുന്ന സംഭവ പരമ്പരകൾ സംഘടിപ്പിച്ചു. ഒടുവിൽ ഇന്ത്യയാകെ സാഗരസമാനമായി അലയടിച്ചുയർന്ന പ്രക്ഷോഭങ്ങളാണ് ഇതിനൊക്കെ അറുതി വരുത്തിയത്.

കോൺഗ്രസിന്റെ ബിജെപിവല്ക്കരണത്തിന് സാക്ഷ്യംവഹിക്കേണ്ട ഗതികേടിലേക്കും നാം ഇക്കാലളവിൽ എത്തിപ്പെട്ടു. ത്രിപുരയിൽ കോൺഗ്രസ്സ് തൊണ്ണൂറു ശതമാനം ബിജെപിയായി ഭരണം പിടിച്ചു. ത്രിവർണ്ണ പതാക നിറം മങ്ങി, നിറം മാറി, നൂറിൽപരം കോൺഗ്രസ് നേതാക്കൾ ബിജെപിയുടെ എംപിമാരായത് കേവലം രണ്ടോ മൂന്നോ വർഷം കൊണ്ടാണ്. ഒടുവിൽ രാമക്ഷേത്രമെന്നറിയപ്പെടുന്ന ഹിംസാ മന്ദിരത്തിനും അവകാശവാദമുന്നയിക്കുന്ന പാപ്പരത്തത്തിലേക്ക് പ്രിയങ്കാഗാന്ധി, കമൽനാഥ്, ദിഗ്വിജയ്സിങ് എന്നിവർ എത്തിപ്പെട്ടു.

ഒരു രാജ്യത്തെ മുഖ്യ ഇതിഹാസത്തിലെ പ്രധാനകഥാപാത്രത്തെ നിലയ്ക്കാത്ത ഹിംസയുടെ ആയുധമാക്കുന്നതാണ് രാമജന്മഭൂമിയിൽ നാം കാണുന്നത്. ലോകത്തിലൊരു ഇതിഹാസകഥാപാത്രത്തിനും ഇങ്ങനെയൊരപമാനം നേരിട്ടിട്ടുണ്ടാവില്ല. ആയിരങ്ങളുടെ ചോരക്കറപുരണ്ട, കൊലചെയ്യപ്പെടുകയും ആട്ടിയോടിക്കപ്പെടുകയും ചെയ്ത ആയിങ്ങളുടെ ഉറ്റവരുടെ ശാപവചനങ്ങളാൽ പങ്കിലമായ, അയോധ്യയിലെ പുതിയ കെട്ടിടം എന്തു പേരിട്ടു വിളിച്ചാലും അതു ക്ഷേത്രമാവില്ല. ക്രിമിനലുകളുടെ പുത്തൻ ഹെഡ്ക്വോട്ടേഴ്സ് മാത്രമേ ആവൂ. രാമജന്മഭൂമിക്കായുള്ള കുത്സിത പ്രവർത്തനങ്ങളെ സ്വാതന്ത്ര്യസമരത്തോടുപമിച്ച പ്രധാനമന്ത്രി മോദിയുടെ പ്രസ്താവന രക്തസാക്ഷിത്വങ്ങളോടുള്ള അനാദരവാണ്. ദേശീയ പതാകയെ ദേശീയ ഗാനത്തെയും അംഗീകരിക്കാത്തവരാണ് മോഡിയുടെ മുൻഗാമികൾ.

രാജ്യത്തിന്റെ ഖജനാവും വിഭവങ്ങളും ശതകോടീശ്വരന്മാർക്ക് കാഴ്ച വെച്ചു കൊണ്ട് ഇന്ത്യയുടെ തകർച്ചയ്ക്ക് റോക്കറ്റ് വേഗം നൽകുകയാണ്. എൻഡിഎ സർക്കാർ. രാജ്യം ഭരിക്കുന്ന ഉദ്യോഗസ്ഥമേധാവികളെല്ലാം തന്നെ രാജ്യത്തെ ചൂഷണം ചെയ്യുന്ന കോർപ്പറേറ്റുകളുടെ നോമികളാണെന്ന വിവരം പുറത്ത് വന്നത് ഈ അടുത്ത നാളാണ്. ഇങ്ങനെയുള്ള ഒരു മാഫിയ പടുത്തുയർത്തുന്ന അയോധ്യയിലെ കെട്ടിടത്തിൽ നിന്നും സുഗന്ധവും സംഗീതവും പ്രതീക്ഷിക്കാമെന്ന് പ്രചരിപ്പിക്കുന്ന അരാഷ്ട്രീയ സുന്ദരവിഡ്ഢികൾ രാജ്യദ്രോഹികളാണെന്നു മാത്രം തല്ക്കാലം ഓർത്തു വെയ്ക്കുക.

(ജനയുഗം, 2020 ആഗസ്റ്റ് 28)

ദിശ നേടിയ സമാധാന നോബൽ

ഐക്യരാഷ്ട്ര സംഘടനയുടെ കീഴിലുള്ള സംവിധാനമായ വേൾഡ് ഫുഡ് പ്രോഗ്രാമിന് 2020 ലെ സമാധാനത്തിനുള്ള നോബൽ സമ്മാനം ലഭിച്ചത്, ലോകത്തിന്റെ മുൻഗണനകൾ ശരിയായ ദിശയിലേക്ക ചൂണ്ടുന്നു എന്നതിന്റെ സൂചനയായി മാറുന്നുവെങ്കിൽ ഏറെ മന:സമാധാനം തരുന്നതാണ്. ഇരുപത്തിയൊന്നാം നൂറ്റാണ്ടിലും മനുഷ്യർ പട്ടിണികിടക്കുന്നു മരിക്കുന്നു എന്നത് ലോകസംഘടനകൾക്കും സ്ഥാപനങ്ങൾക്കും മാനക്കേടാണല്ലോ. മനുഷ്യസ്നേഹികളെല്ലാം ഈവർഷത്തെ നോബൽ ജൂറിയോട് നന്ദിയുള്ളവരാണ്.

പട്ടിണിയിലേക്ക് പലരാജ്യങ്ങളെയും ഭൂപ്രദേശങ്ങളേയും നയിക്കുന്നതിൽ വിവിധഘടകങ്ങൾ പങ്കു വഹിക്കുന്നുണ്ട്. ഇതിൽ ഒന്നാം സ്ഥാനത്തുള്ളത് യുദ്ധം തന്നെ. ക്രമീകൃതമായ എല്ലാറ്റിനെയും അട്ടിമറിക്കുകയും വ്യവസായ സ്ഥാപനങ്ങളെയും കൃഷിയിടങ്ങളേയും നശിപ്പിക്കുക വഴി മനുഷ്യരുടെ ജീവനോപാധികളെ ഇല്ലാതാക്കുകയും മനുഷ്യരെ കൊല്ലുകയും ചെയ്യുന്ന യുദ്ധം ലോകജനതയ്ക്ക് പട്ടിണിയുടെ കയ്പേറിയ അനുഭവങ്ങൾ നൽകുന്നു. പ്രകൃതിവിഭവങ്ങളെ കയ്യടക്കിവെക്കുന്ന ജന്മിത്തവും മുതലാളിത്തവും ദശകോടികളെ തൊഴിൽ രഹിതരും അതുവഴി ദരിദ്രരും പട്ടിണിക്കാരുമാക്കിമാറ്റുന്നു.

സ്വകാര്യവൽക്കരണ നയങ്ങളുടെ തുടർച്ചയായ ഉദാരവൽക്കരണം വന്നു വന്ന് പ്രകൃതി വിഭവങ്ങളെയും സർക്കാർ ഖജനാവിനെയും വരെ

വിഴുങ്ങുന്നു. ശതകോടീശരൻമ്മാരുടെ വായ്പകൾ കിട്ടാക്കടങ്ങളായി എഴുതിത്തള്ളുകയും ഭക്ഷ്യധാന്യ സംഭരണവും എണ്ണപ്പാടങ്ങളും ഖനികളുമടക്കം കോർപ്പറേറ്റുകൾക്ക് കാഴ്ച വെക്കുകയും ചെയ്യുന്ന ഇന്ത്യയിലേയും ഭരണകൂടം അതുവഴി സന്തുലിതമായ വികസനത്തെ അട്ടിമറിക്കുകയും തൊഴിലില്ലായ്മയ്ക്കും പട്ടിണിക്കും കാരണമാകുകയും ചെയ്യുന്നു.

സമാധാന നോബൽ വിശപ്പകറ്റാനുള്ള സംവിധാനത്തിന് ലഭിച്ചത് നല്ല മാതൃകയാവുമ്പോൾത്തന്നെ 211 സംഘടനകളും 107 വ്യക്തികളും ഇതിലേക്ക് ശുപാർശ ചെയ്യപ്പെട്ടിരുന്നു വെന്ന് നാം ഓർക്കണം. അതിൽ വംശവെറിയനായ അമേരിക്കൻ പ്രസിഡന്റ് ഡൊണാൾഡ് ട്രമ്പും ഉണ്ടായിരുന്നു എന്നതാണ് ദയനീയമായ ഹാസ്യം. ജാതി-മത- വംശ വെറികളാണ് ലോകത്ത് മനുഷ്യരുടെ മനഃസമാധാനം നശിപ്പിക്കുന്ന മുഖ്യ ശത്രുക്കളെന്നും അതു സൃഷ്ടിക്കുന്ന കലാപങ്ങളും യുദ്ധങ്ങളുമാണ് വിശപ്പിനെ സ്ഥായിയായ ദുരന്തമാക്കി നിലനിർത്തുന്ന ഒരുപ്രധാന ഘടകമെന്നുമിരിക്കെ ഡൊണാൾഡ് ട്രമ്പ് പോലുള്ളവരെ സമാധാന നോബലിന് നോമിനേറ്റ് ചെയ്യുന്നവരും ഈ ലോകത്ത് പുലരുന്നുണ്ട് എന്നത് ഞെട്ടിക്കുന്ന യാഥാർത്ഥ്യമാണ്. അഥവാ ട്രമ്പ് പ്രതിനിധാനം ചെയ്യുന്ന സമീപനങ്ങളുടെ പത്തിലൊന്ന് പുലർത്തുന്ന ഒരു സംഘടനയ്ക്കോ സ്ഥാപനത്തിനോ ആയിരുന്നു ഈ വർഷത്തെ സമാധാന നോബലെങ്കിൽ എത്ര ദിശതെറ്റിയ ഒന്നാകുമായിരുന്നു അതെന്ന് നാം ഇരുന്നു ചിന്തിക്കേണ്ടതുമല്ലേ? അതുണ്ടായില്ലാ എന്നതും, വിശപ്പകന്ന കുഞ്ഞിന്റെ മുഖത്തെ കവിത കണ്ടെത്തിയവരെ ബഹുമാനിച്ചു എന്നതും ആഹ്ലാദകരമത്രേ.

വിശപ്പിനുള്ള പരിഹാരം ഭക്ഷണം മാത്രമാണെന്ന് തോന്നാമെങ്കിലും വിശപ്പ സൃഷ്ടിക്കുന്ന സാമൂഹ്യ-രാഷ്ട്രീയ- സാമ്പത്തിക ശക്തികളേയും സംവിധാനങ്ങളെയും സംവിധാനങ്ങളെയും ഇല്ലായ്മ ചെയ്യുകയാണ് അതിനുള്ള മുഖ്യ പരിഹാരമെന്ന് നാം ഉണർന്നു ചിന്തിക്കേണ്ടതുണ്ട്. എല്ലാവിധ ഇല്ലായ്മകളും സൃഷ്ടിക്കുന്ന, യുദ്ധത്തേയും, നിരക്ഷരതയും തൊഴിലിലായ്മയും സൃഷ്ടിക്കുന്ന ആഗോള വൽക്കണ നയങ്ങളേയും ഉപേക്ഷിക്കാൻ ഇന്ത്യയടക്കമുള്ള രാജ്യങ്ങളിലെ സർക്കാരുകളെ നിർബന്ധിക്കുന്ന പരിശ്രമങ്ങളും സമരങ്ങളും തന്നെയാണ് വിശപ്പുരഹിത ലോകത്തിലേക്കുള്ള സാർവദേശീയ പാത.

രാഷ്ട്രപതിയുടെ മോഡീ സേവ

കറൻസി റദ്ദാക്കൽ സൃഷ്ടിച്ച അതീവ ഗുരുതരമായ പ്രശ്നങ്ങൾക്ക് മറുപടി പറയാതെ ഒളിച്ചും പാത്തും നടക്കുന്ന പ്രധാനമന്ത്രി നരേന്ദ്രമോഡിയുടെ ജനാധിപത്യവിരുദ്ധ നിലപാടിനെതിരെ പാർലമെന്റ് സ്തംഭിപ്പിച്ചതിന് ഉത്തരവാദി ഏകാധിപതിയും ഭീരുവുമായ പ്രധാനമന്ത്രി മോഡിയാണ്. താൻ പ്രഖ്യാപിച്ച ഒരു നടപടി രാജ്യത്ത് നൂറിലേറെപ്പേരുടെ മരണത്തിനിടയാക്കിയിട്ടും അതേക്കുറിച്ചുള്ള ജനകോടികളുടെ പ്രതിനിധികളോടു വിശദീകരിക്കാതെ അധമവും പരിഹാസ്യവുമായ നിലപാടെടുക്കുന്ന മോഡിക്ക് സർട്ടിഫിക്കറ്റ് നൽകാൻ ഇന്ത്യൻ രാഷ്ട്രപതി പ്രണബ്മുഖർജി ശ്രമിച്ചത് ജനാധിപത്യത്തോടുള്ള അവഹേളനമായിപ്പോയി.

"ദൈവത്തെയോർത്ത് സ്വന്തം ജോലി ചെയ്യാനാ"ണ് ഡിസംബർ 8ന് ഒരു ചടങ്ങിൽ പങ്കെടുത്ത രാഷ്ട്രപതി എം.പിമാരോടാവശ്യപ്പെട്ടത്. പാർലമെന്ററി സംവിധാനത്തിൽ ദൈവത്തിന് കാര്യമൊന്നുമില്ല. അതൊക്കെ സ്വകാര്യ വിശ്വാസങ്ങളെ ബാധിക്കുന്ന വിഷയം മാത്രം! മോഡിയുടെ ഭാഷയിൽ സംസാരിക്കാൻ രാഷ്ട്രപതിയുടെ ആവശ്യമില്ല. കഷ്ടപ്പെട്ടു സമ്പാദിച്ച കറൻസി മാറ്റി വാങ്ങാൻ വേണ്ടി മണിക്കൂറുകൾ ക്യൂ നിന്ന് കുഴഞ്ഞു വീണ് പൗരന്മാർ മരിക്കുമ്പോൾ, അതിനുത്തരവാദിയായ പ്രധാനമന്ത്രിയോടാണ് രാഷ്ട്രപതി കയർക്കേണ്ടിയിരുന്നത്.

സഭാനടപടികൾ സ്തംഭിപ്പിക്കുമ്പോൾ ഭൂരിപക്ഷത്തിന്റെ ഹിതം തട്ടിയകറ്റപ്പെടുകയാണെന്നാണ് ഇന്ത്യൻ രാഷ്ട്രപതി പറഞ്ഞത്. എന്നാൽ കറൻസി നിരോധനം പോലെ ഓരോ ഇന്ത്യക്കാരനെയും നേരിൽ ബാധിക്കുന്ന ഒരു ഇരുട്ടടി പാർലമെന്റിൽ ചർച്ച ചെയ്യേണ്ട എന്ന ഭരണകക്ഷിയുടെ ധിക്കാരത്തിനും സ്വേച്ഛാപ്രമത്തതയ്ക്കും പച്ചക്കൊടി വീശുകയാണ് രാഷ്ട്രപതി ചെയ്തത്. പരമപ്രധാനമായ കാര്യങ്ങൾ പാർലമെന്റിൽ അവതരിപ്പിച്ച് അംഗീകാരം വാങ്ങേണ്ട എന്നാണോ പ്രണബ് കുമാർ മുഖർജിയുടെ വാദം? എങ്കിൽ ഇന്ത്യാചരിത്രത്തിലെ ഏറ്റവും വെറുക്കപ്പെട്ട രാഷ്ട്രപതിയായി അദ്ദേഹം മാറിത്തീരും.

ഭൂരിപക്ഷത്തിന്റെ സ്വരം അടിച്ചമർത്താൻ പാർലമെന്റ് വേദിയാക്കരുത് എന്നും പ്രകടനം നടത്താൻ മറ്റ വേദികൾ ഉപയോഗിക്കണം എന്നും വരെ കടുത്ത ഭാഷയിൽ രാഷ്ട്രപതി എം.പിമാരെ ശാസിച്ചു. എന്നാൽ ഇന്ത്യയൊട്ടാകെ മതന്യൂനപക്ഷ ജനവിഭാഗങ്ങൾക്കും കീഴ്ജാതിക്കാർക്കും ഉൽബുദ്ധ ജനവിഭാഗങ്ങൾക്കുമെതിരെ സംഘപരിവാർ കടുത്ത ആക്രമണമഴിച്ചുവിട്ട നാളുകളിൽ അസഹിഷ്ണുതയ്ക്കെതിരെ ഒഴുക്കൽ മട്ടിൽ സംസാരിക്കുകയായിരുന്നു അദ്ദേഹം. ഭൂരിപക്ഷത്തിന്റെ സ്വരം അടിച്ചമർത്തുന്നത് സംഘപരിവാറും മോഡിയുമാണെന്നതാണു സത്യം. പാർലമെന്റിൽ ജനങ്ങൾക്കു വേണ്ടി ശബ്ദിക്കരുത് എന്ന് ആജ്ഞ പുറപ്പെടുവിക്കുകയല്ല രാഷ്ട്രപതിയുടെ ധർമ്മം. എം.പിമാരുടെ ജോലി പാർലമെന്റിലെ കാര്യപരിപാടികൾ പൂർത്തിയാക്കുകയാണെന്നാണ് പ്രണബ് മുഖർജി പറയുന്നത്. എന്നാൽ ജനങ്ങളുടെ പ്രതിനിധികളുടെ ചർച്ചയോ താല്പര്യമോ ഇല്ലാതെ സാമ്രാജ്യത്വശക്തികൾക്കും ശതകോടീശ്വരന്മാർക്കും സവർണ-മാടമ്പിമാർക്കും വേണ്ടി അവരുടെ കാര്യപരിപാടി നടത്തിക്കൊടുക്കുകയാണ് മോഡിസർക്കാർ. കൃത്യമായി പാർലമെന്റിൽ ഹാജരാവുകയും പ്രതിപക്ഷത്തിന്റെ സ്വരം കുറിച്ചെടുക്കുകയും സമഗ്രമായി മറുപടി പറയുകയും ചെയ്ത ജവഹർലാൽ നെഹ്റുവിൽ നിന്നും മോഡിയിലേക്കുള്ള ദൂരം കാലത്തിന്റേതല്ലെന്നും ജനാധിപത്യത്തിൽ നിന്നും ഏകാധിപത്യത്തിലേക്കുള്ളതാണെന്നും ഇന്ത്യൻ ജനത തിരിച്ചറിയുന്നു. ഇന്ത്യൻ ജനതയുടെ പോരാട്ടങ്ങൾക്കൊപ്പമാണ് ഇന്ത്യൻ രാഷ്ട്രപതി നിലകൊള്ളേണ്ടത്. അല്ലാതെ ശിഥിലീകരണ താല്പര്യങ്ങൾക്കും അന്ധകാരശക്തികൾക്കുമൊപ്പമല്ല.

(ഓറമാസിക: 2017 ജനുവരി)

മാവോയിസ്റ്റ് ഭീഷണി: സർക്കാർ ചെയ്യേണ്ടത്

കേരളത്തിലെ ആക്രമണങ്ങൾ തൽക്കാലം നിർത്തിവെയ്ക്കുന്നതായി മാവോയിസ്റ്റുകൾ പ്രഖ്യാപിച്ചിരിക്കുകയാണല്ലോ. ഈ സാഹചര്യത്തിൽ മാവോയിസ്റ്റ് ഭീഷണിയുടെ പശ്ചാത്തലത്തിൽ 2014 ഡിസംബർ 31 ന് കേരള ആഭ്യന്തരമന്ത്രി രമേശ് ചെന്നിത്തല വിവിധ പത്രങ്ങളിൽ എഴുതിയ വിശദമായ ലേഖനം ഒന്നു പരിശോധിക്കേണ്ടതാണ്. അതിൽ ഇങ്ങനെ ഒരു ഭാഗമുണ്ട്. "ജനാധിപത്യമാർഗ്ഗത്തിലൂടെയുള്ള അക്രമരഹിത പ്രക്ഷോഭങ്ങൾ സർക്കാർ എന്നും സ്വാഗതം ചെയ്യും. ഇത്തരം സമരരീതികൾ അവംലബിക്കുന്നവരോട്. എപ്പോൾ വേണമെങ്കിലും സംവദിക്കാനും, അവരുടെ ആവശ്യങ്ങൾ പരിഗണിക്കാനും അനുഭാവ പൂർണ്ണമായ നിലപാടുകൾ കൈക്കൊള്ളാനും സർക്കാർ എന്നും പ്രതിജ്ഞാബദ്ധമാണ്." ആഭ്യന്തരമന്ത്രി ഇതെഴുതുമ്പോൾ ആറുമാസത്തോളമായ ആദിവാസിസമരം ഒത്തുതീർപ്പായിട്ടേ ഉള്ളൂ. രമേശ് ചെന്നിത്തല സൂചിപ്പിക്കുന്ന ഉദാരസമീപനമുണ്ടായിരുന്നെങ്കിൽ ആ സഹനസമരം ഇത്രകാലം വലിച്ചുനീട്ടിയ ജനാധിപത്യവിരുദ്ധമായ നിലപാടിലേക്ക് എത്തിച്ച ചേതോവികാരം എന്ത് എന്നും കൂടി വ്യക്തമാക്കാൻ അദ്ദേഹത്തിനു ബാദ്ധ്യതയുണ്ട്.

ടീം സോളാർ തട്ടിപ്പിലൂടെ പുറത്തുവന്ന സർക്കാർ-മാഫിയാ കൂട്ടുകെട്ടിനെതിരെ തിരുവനന്തപുരം ജില്ലയിലെ ആനയറയിൽ സമരം ചെയ്ത ജയപ്രസാദ് എന്ന ഇടതുപക്ഷ പ്രവർത്തകന്റെയും, റോഡിന്

സ്ഥലം അക്വയർ ചെയ്യുമ്പോൾ കിടപ്പാടം നഷ്ടപ്പെടുന്നതിനെതിരെ കോഴിക്കോട് ജില്ലയിലെ വടകരയിൽ സമരം ചെയ്ത നാരായണൻ നായരുടേയും വൃഷണം പിടിച്ചു ഞെരിച്ച പോലീസുദ്യോഗസ്ഥർക്ക് തന്റെ പോലീസ് ഭരണത്തിൽ ഇന്ന് എവിടെയാണ് സ്ഥാനം എന്ന ചോദ്യത്തിന് മേൽ സൂചിപ്പിച്ച ലേഖനത്തിന്റെ പശ്ചാത്തലത്തിൽ ആഭ്യന്തരമന്ത്രി ഉത്തരം പറഞ്ഞേ തീരൂ. ബ്രിട്ടീഷ് വാഴ്ചക്കാലത്തും അടിയന്തരാവസ്ഥയിലും നടമാടിയതും, കാലം കുഴിച്ചുമൂടിയതുമായ മർദ്ദനമുറകൾ തെരുവിലേക്ക് കൊണ്ടുവന്ന പോലീസുദ്യോഗസ്ഥരെ സർവ്വീസിൽ നിന്നു പിരിച്ചുവിടാനുള്ള ആർജ്ജവമുണ്ടാവുമെങ്കിൽ ആഭ്യന്തരമന്ത്രിയുടെ വാക്കുകൾക്കു ചെവികൊടുക്കാനാവും.

ഇനി അദ്ദേഹത്തിന്റെ ലേഖനത്തിൽ സൂചിപ്പിക്കുന്ന നീറ്റാ ജലാറ്റിൽ കമ്പനിയിലെ ആക്രമണം പരിശോധിക്കുക: അനേകം മാസങ്ങൾ താണ്ടിയതാണ് കാതിക്കുടത്തെ നീറ്റാജലാറ്റിൻ കമ്പനിക്കെതിരായ ജനകീയ സഹനസമരം. നാടിനെയാകെ മലിനീകരിച്ചും ദുർഗന്ധപൂരിതമാക്കിയും ലാഭം കൊയ്യുന്ന തെമ്മാടിത്തത്തിനെതിരെയാണ് ആ സമരം. അക്കൂട്ടരെ നിലയ്ക്കുനിർത്തി നിർമ്മാണയൂണിറ്റ് അടപ്പിക്കുകയോ, തികച്ചും ശാസ്ത്രീയവും നിരുപദ്രവകരവുമായ മാലിന്യ നിർമ്മാർജ്ജന പദ്ധതികളാവിഷ്ക്കരിക്കുകയോ ചെയ്യാൻ സർക്കാരിനു കഴിഞ്ഞോ? പകരം ഏതു വിധേനയും ലാഭം കൊള്ളയടിക്കുന്നവരെ സംരക്ഷിച്ച സർക്കാർ നയമല്ലേ മാവോയിസ്റ്റ് ആക്രമണത്തിനു പിന്നിലെ യഥാർത്ഥ പ്രതി?

അന്തകവിത്തിനെയിരെയും കെന്റക്കി ഫ്രൈഡ് ചിക്കനെതിരെയും തൊണ്ണൂറുകളിൽ രണോത്സുകവും ദേശാഭിമാന പ്രചോദിതവുമായ സമരം ചെയ്തത് നഞ്ചുണ്ടസ്വാമിയുടെ നേതൃത്വത്തിലുള്ള കർഷക സംഘടനയാണ്. ചില്ലറ വില്പന മേഖലകളിലേക്കടക്കം വിദേശകുത്തകകൾക്ക് പ്രവേശനം നൽകുന്നതോടെ ജീവിതം വഴിമുട്ടുന്നവർക്ക്' പ്രസ്തുത ശക്തികൾക്കെതിരെ സമരം ചെയ്യുകയല്ലാതെ പോംവഴിയില്ല. ഇവിടെ സർക്കാർ ആരുടെ പക്ഷത്തു നിൽക്കും? ഇരയുടേയോ, വേട്ടക്കാരന്റേയോ? ഈ സമരങ്ങളിലേക്ക് ജനങ്ങളെ വലിച്ചെറിയുന്നത് വേട്ടക്കാരന്റെ പക്ഷത്തു നിൽക്കുന്ന ആഗോളവൽക്കരണനയമല്ലാതെ മറ്റൊന്നുമല്ല. ജനജീവിതം അസഹ്യവും അസാധ്യവുമാക്കും വിധമുള്ള മുതലാളിത്തത്തിന്റെ ധനാർത്തിയെ അടിച്ചമർത്തേണ്ടത് സർക്കാർ തന്നെയാണ്. അതു ചെയ്യാതെ ജനകീയ സമരങ്ങളേയും പ്രതിഷേധങ്ങളെയും തമസ്ക്കരിച്ചും അവഗണിച്ചും അടിച്ചമർത്തിയും തകർക്കാൻ ശ്രമിക്കുന്നത് തെരഞ്ഞെടുക്കപ്പെട്ട ഒരു സർക്കാരിനു ചേർന്നതല്ല.

മാവോയിസ്റ്റ് ആക്രമണങ്ങൾക്ക് ജനതയെ പൂർണ്ണമായി പ്രതിനിധീകരിക്കാനോ നയിക്കാനോ ഇനിയും ആവാത്തത് കേരളത്തിലെ ത്യാഗധനവും അർപ്പണപൂർണ്ണവുമായ ജനാധിപത്യ പ്രക്ഷോഭങ്ങളുടെ ഉൾക്കരുത്തു കൊണ്ടു മാത്രമാണെന്ന് സർക്കാർ തിരിച്ചറിയണം. അതിനായി എരിഞ്ഞു തീരുന്ന സമരജീവിതങ്ങളെ സർക്കാർ കണ്ടില്ലെന്നു നടിക്കരുത്. ഗതികെട്ട് മാവോയിസ്റ്റ് ആക്രമണങ്ങളെ പിന്തുണയ്ക്കുന്നതിലേക്ക് ജനങ്ങളെ നയിക്കാതിരിക്കേണ്ട കർത്തവ്യം അതിനാൽ തന്നെ സർക്കാരിന്റേതു മാത്രമാണ്. ജനങ്ങളുടെ പ്രശ്നങ്ങൾക്ക് അടിയന്തിര പരിഹാരം കാണേണ്ടത് സർക്കാരുകളുടെ പ്രാഥമിക ഉത്തരവാദിത്തമാണ്.

വികസനത്തിന്റെ പേരിലുള്ള കൊള്ളയടി താല്പര്യങ്ങൾക്കെതിരെ സമരം ശക്തമാകുമ്പോൾ അവയെ ആക്രമിച്ച തകർക്കാനുള്ള എളുപ്പമാർഗ്ഗമായി മാവോയിസ്റ്റ് ബന്ധം ആരോപിക്കലിനെ ഉപയോഗപ്പെടുത്തുന്നത്, ഒരു ജനാധിപത്യ സമൂഹത്തിനും അനുവദിച്ചു കൊടുക്കാനാവില്ല. രാജ്യത്ത് ഫാസിസവൽക്കരണത്തിനെതിരെ പോരാടുന്നവരെ മുസ്ലീം തീവ്രവാദിയായി മുദ്രകുത്തി യു.എ.പി.എയും മറ്റും ചുമത്തി ഇരുട്ടറയിലടയ്ക്കുന്നത് ഇതുമായി ബന്ധപ്പെടുത്തി കാണണം. ആഭ്യന്തരമന്ത്രി രമേശ് ചെന്നിത്തല മാധ്യമങ്ങളിലൂടെ വിശദീകരിക്കാൻ ശ്രമിച്ച കാര്യങ്ങൾക്ക് ഫലമുണ്ടാവണമെങ്കിൽ ഇപ്പോഴത്തെ വികസന അജണ്ട പൂർണ്ണമായും അഴിച്ചു പണിയേണ്ടി വരും. അതിന് ആഗോളവൽക്കരണത്തിന്റെ കാലത്തെ മോചന സ്വർഗ്ഗങ്ങളായി അവതരിപ്പിക്കുന്ന പല പദ്ധതികളും പൂർണ്ണമായി ഉപേക്ഷിക്കേണ്ടതായും വരും. നമ്മുടെയും വരുംതലമുറയുടേയും ജീവിതത്തിന്റെ പിൻബലമായ പ്രകൃതിയെ ആക്രമിച്ചു നശിപ്പിക്കുന്നതും ആവാസവ്യവസ്ഥയിൽ നിന്നും ജനസമൂഹങ്ങളെ പിഴുതെറിയുന്നതുമായ പദ്ധതികളെ ചവറ്റുകൊട്ടയിലേക്കു വലിച്ചെറിഞ്ഞുകൊണ്ടാണ്, തീവ്രവാദപരമെന്നും അരാജകമെന്നും വിശദീകരിക്കപ്പെടുന്ന സമരങ്ങളും പ്രതികരണങ്ങളും ഉയർന്നു വരുന്നതിനെ തടയിടേണ്ടത്. സ്വൈര്യപൂർണ്ണവും ആരോഗ്യകരവുമായ ജീവിതം ഉറപ്പു വരുത്തുന്ന വിധം ബ്ലേഡു കൊള്ളക്കാരേയും പെൺവാണിഭസംഘങ്ങളെയും ഖനിക്കൊള്ളക്കാരേയും ഉരുക്കുമുഷ്ടി കൊണ്ട് അടിച്ചമർത്താനുള്ള ബലം സർക്കാർ എത്രകണ്ട് വർദ്ധിപ്പിക്കുന്നുവോ അത്രയും കണ്ട് മാവോയിസ്റ്റ് അടക്കമുള്ള ഭീഷണികൾ തിരോഭവിക്കുന്നതിന്റെയും വേഗം കൂടും. അതിനുള്ള സമചിത്തതയും ധീരതയും ആർജിക്കാൻ ഒരു ജനാധിപത്യ ഗവൺമെന്റ് ഏറെ വിയർക്കേണ്ടതില്ല.

(ഓറമാസിക 2015 മാർച്ച്)

ജീവിതങ്ങൾ തളം കെട്ടുമ്പോൾ...

ബഹുസ്വരതയെ പൊറുപ്പിക്കാത്തവർ അറിയേണ്ടത് അച്ഛനമ്മമാരാണ് യഥാർത്ഥ ബഹുസ്വര ചിന്താഗതിക്കാർ എന്നാണ്. തങ്ങളുടെ മക്കളായ എത്രമേൽ ഭിന്നരായ സഹോദരങ്ങളെയാണ് അവർ പുലർത്തിയതെന്ന് ആലോചിക്കുക.

എം.ടിയുടെ രണ്ടാമൂഴം ആസ്പദമാക്കിയുള്ള സിനിമയുടെ പേര് മഹാഭാരതം എന്നാക്കാതെ രണ്ടാമൂഴം എന്നു തന്നെയാക്കിയത് സംഘപരിവാറിന്റെ ബൗദ്ധിക് പ്രമുഖന്മാർക്ക് പുതിയൊരു മൈലേജ് നൽകുകയാണെന്ന് നാം തെറ്റിദ്ധരിക്കുന്നതിൽ കാര്യമില്ല. അത് ഉല്പന്നം വിറ്റഴിക്കാനുള്ള കച്ചവടക്കാരുടെ ഗതികേടാവാം.

ഇന്ത്യൻ ഇതിഹാസങ്ങളായ മഹാഭാരതവും രാമായണവും ഒപ്പം പുരാണങ്ങളും ഒട്ടേറെ ഭാവങ്ങളും രൂപങ്ങളും ചമഞ്ഞിട്ടുണ്ടല്ലോ. തുഞ്ചത്തെഴുത്തച്ഛൻ, അന്ന് രാമായണത്തെ, തുച്ഛരെന്ന് മേലാളർ കരുതിയവരുടെ ഭാഷയിലേക്കിറക്കിക്കൊണ്ടു വന്നു. കുഞ്ചൻ നമ്പ്യാർ സ്വർഗ്ഗവാസികളുടെ മാലിന്യത്തെ വെണ്ണീരു തെളിയൂറ്റി അലക്കിത്തെളിയിച്ചു; മണ്ണിൽ നിലയുറപ്പിക്കാൻ അവരെ പ്രാപ്തരാക്കി. പൂന്താനം ചിന്താമാധുര്യം കൊണ്ട് നമ്മെ വിസ്മയിപ്പിച്ചു. അതിമാനുഷനായ അവതാരത്തിനും എവിടെ അപ്പിയിടണമെന്നറിയാത്ത ഒരു ബാല്യമുണ്ടായിരുന്നുവെന്ന് കൃഷ്ണഗാഥയിലൂടെ ചെറുശ്ശേരി തെളിയിച്ചു. ഈ കവികളൊക്കെ ദന്തഗോപുരങ്ങളിൽ നിന്നും ദൈവങ്ങളെ മനുഷ്യരാക്കിയ വിശുദ്ധരാണ്.

ക്രൂരനായ ഭർത്താവിന്റെ കഥ പാടി നടക്കുന്നതിനിടയിലാണെത്രേ; ലവകുശന്മാരെ പ്രതിസ്ഥാനത്തുള്ള ശ്രീരാമൻ രാജസദസ്സിലെത്തിച്ച് കുമ്പസാരയാത്ര തുടങ്ങിയത്. വള്ളത്തോളിന്റെ ശിഷ്യനും മകനുമടക്കമുള്ള കൃതികളിലെല്ലാം മനുഷ്യാവസ്ഥയുടെ ധർമ്മസങ്കടങ്ങളാണ് പ്രതിപാദിപ്പിക്കുന്നതെന്ന് അവ വായിച്ചറിവുള്ളവർ പറഞ്ഞുതരുന്നുണ്ട്.

ആശാനിലെത്തുമ്പോഴേക്കും രാമായണത്തിന് ഒരു സ്ത്രീപക്ഷസമീപനം ലഭ്യമാകുന്നു.

കനിവാർന്നനുജാ പൊറുക്ക ഞാൻ.
നിനയാതോതിയ കൊള്ളിവാക്കുകൾ.
അനിയന്ത്രിതമായ് ചിലപ്പൊഴീ
മനമോടാത്ത കുമാർഗമില്ലെടോ

എന്ന സീതയുടെ വീണ്ടുവിചാരം ഒരു അവതാരത്തിന്റെ ഭാര്യയുടെ സർവ്വവും സാധ്യമാകുമെന്ന ഹുങ്കിൽ നിന്നല്ല; വകതിരിവു നഷ്ടപ്പെട്ടുപോകുന്ന കേവലമനുഷ്യന്റെ ആത്മവിചാരണയിൽ നിന്നാണുയരുന്നത്.

മേൽപ്പറഞ്ഞതൊക്കെ സാധ്യമാക്കിയത് പുനർവായനക്കും പുനരാഖ്യാനത്തിനുമുള്ള ജനാധിപത്യ അന്തരീക്ഷമാണ്. എന്തിന്, അശോകവനികയിൽ സീതയുടെ മാനം തന്നെ സംരക്ഷിക്കപ്പെടുന്നത് കല്പിച്ച സിദ്ധിയുടെ അഭൗമത കൊണ്ടല്ല; സ്വഭാവശുദ്ധി കൊണ്ടു മാത്രവുമല്ല. വിഭീഷണന്റെയും ഭാര്യയുടേയും സമാനമനസ്കരുടെയും ജനാധിപത്യവലയം കൊണ്ടു കൂടിയാണെന്നു കാണാം. ഒരു കഥ കേട്ടയാൾ മറ്റൊരിടത്തുപോയി അതു പറയുമ്പോൾ കഥയുടെ രൂപത്തിലും ഉള്ളടക്കത്തിലും മാറ്റമുണ്ടാവുന്നത് മനുഷ്യമസ്തിഷ്കം പ്രതിജനഭിന്നമായതു കൊണ്ടാണ്. അതിനനുവദിക്കാത്തപക്ഷം കഥ ഒരു ശാസനമായി തളംകെട്ടുകയും ദുർഗന്ധം പരത്തുകയും ചെയ്യും. മനുഷ്യന്റെ മുഖമുദ്രയാണ് ബഹുസ്വരത. പക്ഷികൾക്കും മൃഗങ്ങൾക്കും ഉരഗങ്ങൾക്കുമൊന്നും മാറ്റങ്ങൾ സംഭവിക്കാത്തത് അവരുടെ പ്രകൃത്യായുള്ള ഏകതാനത നിമിത്തമാണ്.

ആപ്തവാക്യങ്ങളിലൊന്നായ

'സമ്പത്തുകാലത്തു തൈ പത്തു വെച്ചാൽ
ആപത്തു കാലത്ത് കായ് പത്തു തിന്നാം' എന്നതിനെ
സമ്പത്തു കാലത്തു തൈ പത്തു വെച്ചാൽ
ആപത്തുകാലത്ത് തേങ്ങ തലേല് വീണു ചാകാം

എന്ന് മാറ്റിപ്പറയാനുള്ള നർമബോധമാണ് ജനാധിപത്യത്തിന്റെ അന്തർധാരകളിലൊന്ന്. അങ്ങനെ പറയുമ്പോൾ സനാതനത്വവും വിശുദ്ധിയും സിദ്ധാന്തവുമായി ചാടിവീണ് മുണ്ടുമടക്കിക്കുത്തി

തൊഴിക്കാൻ മുതിരുന്നത് പ്രകൃതി വിരുദ്ധതയാണ്. ഒരു വശത്ത് ചരിത്രത്തെത്തന്നെ തമസ്ക്കരിച്ച ഒരു പറ്റം വ്യാജകഥകളായിരുന്നു കഴിഞ്ഞുപോയ ജീവിതമെല്ലാം എന്നു പഠിപ്പിക്കാനായി ദണ്ഡുയർത്തുന്നവർതന്നെയാണ് ജനാധിപത്യപരമായ സർഗ്ഗ[illegible] തടഞ്ഞ് പുരാണേതിഹാസാദികളെ ഇടശ്ശേരിയുടെ ഭാഷയിൽ 'ആകുലമാമൊരഴുക്കുചാലാ'ക്കി മാറ്റുന്നത്. അവതാരങ്ങളും ദൈവങ്ങളും പ്രവാചകന്മാരുമൊന്നും പ്രതിമകളായി പെറ്റുവീണവരല്ലെന്നും മനുഷ്യന്റെ എല്ലാ ഗുണദോഷങ്ങളുമുള്ളവരായിരുന്നുവെന്നും ഉദാത്തകൃതികൾ വായിക്കുമ്പോൾ മനസ്സിലാവും.

നനഞ്ഞ കനത്ത തുണിയിട്ടുമൂടി ദീപശിഖകളെ കെടുത്തിക്കളയുന്നവർ തന്നെയാണ് ഇന്ന് പരിഹാസ്യമാംവിധം തുച്ഛമായ ജീവിതത്തിനായുള്ള ഞെക്കുവിളക്കുകളുമായി മുന്നോട്ടു വരുന്നത്. പുരാണേതിഹാസങ്ങൾക്ക് വർഗ്ഗീയ വാദികളുടെ സങ്കുചിത വ്യാഖ്യാനം മാത്രമേ ഉണ്ടായിരുന്നുവെങ്കിൽ നമ്മുടെ ഭാഷയും സാഹിത്യവുമൊക്കെ എത്ര ശുഷ്ക്കരമായിത്തീർന്നിരുന്നേനെയെന്ന കാര്യം ആലോചിക്കാവുന്നതാണ്.

(ഓറമാസിക 2017 ആഗസ്റ്റ്)

ചില്ലുമേടയിലേക്ക് കല്ലെറിയുക; കല്ലുകൾ ഇപ്പോൾ നമ്മുടേതാണ്

നമ്മുടെ മഹാരാജ്യം അതിന്റെ ചരിത്രത്തിലെ ഏറ്റവും കടുത്ത പരീക്ഷണത്തിലൂടെ കടന്നു പോയ കാലയളവാണ് നരേന്ദ്ര മോദി എന്ന പ്രധാനമന്ത്രിയുടെ നേതൃത്വത്തിൽ ബി.ജെ.പി ഭരിച്ച 2014 മുതൽ 2019 വരെയുള്ള വർഷങ്ങൾ. ഇന്ത്യൻ ഭരണഘടനയെ നോക്കുകുത്തിയാക്കിക്കൊണ്ട് ആർ.എസ്.എസ്സിന്റെ നേതൃത്വത്തിൽ അതിന്റെ സകല രാക്ഷസീയ അജണ്ടകളും മറനീക്കി പുറത്തുവന്ന ഈ അഞ്ചുവർഷങ്ങളിൽ മതേതരശക്തികളും കമ്മ്യൂണിസ്റ്റുകാരും പുരോഗമന ശക്തികളുമൊക്കെ അതിശക്തമായ പ്രതിഷേധത്തിന്റെ സുനാമിത്തിരമാലകളുയർത്തിയിരുന്നില്ലെങ്കിൽ കല്ലിന്മേൽ കല്ലു ശേഷിക്കാതെ ഈ രാജ്യം തകർന്നുപോയേനെ.

അഖ്‌ലാക്കിനെ കൊലചെയ്തു കൊണ്ട് ആരംഭിച്ച ഈ നൃശംസ നരവേട്ട പൻസാരെ, പെഹ്‌ലുഖാൻ എന്നിവരിലൂടെ ജമ്മുകാശ്മീരിലെ കത്വയിൽ എട്ടു വയസ്സുകാരിയെ ബലാത്സംഗം ചെയ്തു കൊല്ലുന്നതിൽ വരെ എത്തി. കൽബുർഗി, ഗൗരി ലങ്കേഷ് എന്നീ എഴുത്തുകാരെ കൊലചെയ്യാൻ സംഘപരിവാർ പിശാചുക്കളെ സായുധരാക്കിയത് നരേന്ദ്രമോദിയുടെ കേന്ദ്രഭരണത്തിന്റെ തണലായിരുന്നു.

രാജ്യസമ്പത്ത് കുത്തകകൾക്ക് തീറെഴുതിയും ശതകോടീശ്വരന്മാരുടെ കടങ്ങൾ എഴുതിത്തള്ളിയും അവരുടെ മാനസപുത്രന്മാരാകാൻ നരേന്ദ്രമോദിക്കു കഴിഞ്ഞു എന്നതായിരുന്നു സാമ്പത്തികരംഗത്തെ മോദി ഗവൺമെന്റിന്റെ മുഖ്യ പ്രവർത്തനം.

കനയ്യകുമാറിനെപ്പോലുള്ള ജനാധിപത്യ ഇന്ത്യയുടെ ഒരു ഓമനപുത്രനെ വ്യാജ സി.ഡി ചമച്ചുകൊണ്ട് രാജ്യദ്രോഹിയായി മുദ്രകുത്തിയും, രോഹിത് വെമുലയെന്ന തരുണനെ ആത്മഹത്യയിലേക്ക് തള്ളിവിട്ടും കാമ്പസ്സുകളെ കൈയ്യടക്കാനുള്ള ഹിംസാത്മക പ്രയോഗങ്ങളിലൂടെ യുവത്വത്തിനെതിരായ കടന്നാക്രമണങ്ങളിലാണ് മോദിവാഴ്ച ഏർപ്പെട്ടത്.

രാജ്യദ്രോഹത്തിന്റെയും തൊഴിലാളി വിരുദ്ധതയുടെയും പ്രതിനിധികളുടെ ചില്ലുമേടകളിലേക്ക് കല്ലെറിയാനുള്ള അവസരമാണ് ഇന്ത്യൻ ജനതയ്ക്ക് വരാൻ പോകുന്ന തെരഞ്ഞെടുപ്പ്.

മതന്യൂനപക്ഷ ജനവിഭാഗങ്ങളുടെ പൗരത്വത്തെ ചോദ്യം ചെയ്തുകൊണ്ടും അവരുടെ ഉപജീവനേപാധികളിലൊന്നായ കന്നുകാലി വ്യാപാരത്തെ അസാദ്ധ്യമാക്കിക്കൊണ്ടും ആ ജനസമൂഹത്തിന്റെ നിലനിൽപ്പു തന്നെ അസാദ്ധ്യമാക്കുകയായിരുന്നു മോദി വാഴ്ച. ഇതു സൃഷ്ടിച്ച അന്യവത്ക്കരണത്തിന്റെയും ഭീതിയുടേയും മുറിവുകളുണങ്ങാൻ പതിറ്റാണ്ടുകൾ തന്നെ വേണ്ടിവരും. താഴ്ത്തപ്പെട്ട ജനവിഭാഗങ്ങളുടെ അന്തസ്സിനെതിരായ കടന്നാക്രമണങ്ങളിലും സംഘപരിവാർ ഭരണം ഏർപ്പെട്ടു. ഇതിനെതിരെ 'ഗുജറാത്തിൽ ചത്ത പശുവിനെ നിങ്ങൾ എടുത്തുകൊള്ളൂ ഞങ്ങൾക്ക് കൃഷിഭൂമി തരൂ' എന്ന മുദ്രാവാക്യമുയർത്തിക്കൊണ്ടു ജിഗ്നേഷ് മേവാനിയുടെ നേതൃത്വത്തിലുള്ള പോരാട്ടവും തുടർന്നു നടന്ന മഹാപ്രയാണവും ഇന്ത്യൻ മനസ്സുകളെ പ്രകമ്പനം കൊള്ളിച്ചു.

സാധ്യമാകുന്ന ഏതവസരത്തിലും മതന്യൂനപക്ഷങ്ങളെ ഇകഴ്ത്താനും അവരെ പാക്കിസ്ഥാൻ ചാരന്മാരായി മുദ്രകുത്താനുമുള്ള ശ്രമങ്ങളാണ് കേന്ദ്രമന്ത്രിമാരടക്കമുള്ള ആർഎസ്എസ്-ബി.ജെ.പി നേതാക്കളിൽ നിന്നുണ്ടായത്. അധികാരത്തിൽ വന്നതിനുശേഷം ഒരിക്കൽ പോലും ഇഫ്താർ പാർട്ടിയിൽ പങ്കെടുക്കാതെയുള്ള ഭയാനകമായ അകൽച്ച കാത്തുസൂക്ഷിച്ച പ്രധാനമന്ത്രിയാണ് മോദി. ഈ കയ്പ്പേറിയ അനുഭവം മതന്യൂനപക്ഷ ജനവിഭാഗങ്ങളിൽ ഉണങ്ങാത്ത മുറിവുകൾ സൃഷ്ടിച്ചു. കത്വയിൽ എട്ടുവയസ്സുകാരിയെ ബലാൽസംഗം ചെയ്തു കൊന്നപ്പോൾ, അതിനെ എതിർക്കാൻ തയ്യാറാവാതെ 'പെൺകുട്ടികൾ പുറത്തു പോയാൽ, വീട്ടിലെത്താൻ വൈകിയാൽ എന്തുകൊണ്ടാണെന്ന്

രക്ഷിതാക്കൾ തിരിക്കണ്'-മെന്നായിരുന്നു മോഡിയുടെ ഉപദേശം! അതായത് കുട്ടികളാണ് ലൈംഗിക പീഡനത്തിന് പ്രേരണയാകുന്നതെന്ന് ധ്വനിപ്പിക്കുകയായിരുന്നു ഇതിലൂടെ. ചുരുക്കിപ്പറഞ്ഞാൽ സംഘപരിവാർ വാഴ്ചയിൽ കീഴിൽ മതന്യൂനപക്ഷങ്ങൾക്ക് മനുഷ്യാവകാശവും സംവരണവും പോലും നൽകില്ല എന്ന വ്യക്തമായ മുന്നറിയിപ്പ നൽകുകയായിരുന്നു മോദി ഭരണം. ഗോസംരക്ഷണത്തിനായി മോദീരാജ് അഴിച്ചുവിട്ട ആൾക്കൂട്ട കൊലപാതക സംഘങ്ങൾ ചെയ്തുകൂട്ടിയ ബീഭത്സകൃത്യങ്ങൾക്ക് കൈയ്യും കണക്കുമില്ല. അതേസമയം യുപിയിലെ എം.എൽ.എ സംഗീത് സോമിനെപ്പോലുള്ള ബി.ജെ.പി നേതാക്കൾ ബീഫ് കയറ്റുമതിയുടെ കനത്ത സാമ്പത്തിക നേട്ടമാർജ്ജിച്ചു എന്നതാണ് ഇതിന്റെ മറുവശം.

സാമ്പത്തികരംഗത്തെ മോദിഭരണത്തിന്റെ ഓരോ ചുവടുവെപ്പും ആന കരിമ്പിൻ തോട്ടത്തിൽ കടന്നതു പോലെയായിരുന്നു. 2016 നവംബർ 8 ന് അർദ്ധരാത്രിയിൽ ആർ.ബി.ഐയുടെ അംഗീകാരം പോലുമില്ലാതെ നടത്തിയ നോട്ടുനിരോധനം ആയിരക്കണക്കിന് ചെറുകിട വ്യവസായങ്ങളെ തകർത്തു. വിത്തു വാങ്ങാനാവാതെ കർഷകൻ വലഞ്ഞു. നോട്ടുമാറ്റാനായി ക്യൂ നിന്ന നൂറിൽപ്പരം പേർ കുഴഞ്ഞുവീണു മരിച്ചു. പശുസംരക്ഷണ ഭ്രാന്തന്മാർ കന്നുകാലി വ്യാപാരമേഖലയെ തകർത്തു. സംസ്ഥാനങ്ങളുടെ വരുമാനത്തെ കവർന്നെടുത്ത ജി.എസ്.ടി ഫെഡറലിസത്തിനെതിരായ യുദ്ധപ്രഖ്യാപനമായിരുന്നു. കുത്തകഭീമന്മാർ ബാങ്കുകളിൽ നിന്നെടുത്ത ദശസഹസ്രം കോടികൾ കിട്ടാക്കടമായി എഴുതിത്തള്ളി. ഇതു ബാങ്ക് ലോണുകളുടെ പത്ത് ശതമാനത്തോളമാണെന്ന് കണക്കുകൾ പുറത്തു വരുന്നു. ബാങ്കുകൾ എഴുതിത്തള്ളിയ കിട്ടാക്കടം 2.5 ലക്ഷം കോടി രൂപയാണെന്ന് ആർ.ബി.ഐ തന്നെ പ്രസ്താവിച്ചു. ക്ഷേമപദ്ധതികൾക്കും സേവന മേഖലയ്ക്കും നീക്കിവെച്ചു കൊണ്ട് ദാരിദ്ര്യലഘൂകരണം നടത്താവുന്ന ഭീമമായ തുകയാണ് ഇതുവഴി സർക്കാർ നഷ്ടപ്പെടുത്തിയത്. കൂടാതെ ചെറുകിട നിക്ഷേപങ്ങൾക്ക് നൽകുന്ന പലിശ കുറയ്ക്കാൻ ബാങ്കുകളെ ഇത് നിർബന്ധിതരാക്കി. കിട്ടാക്കടം മൂലം പൊതുമേഖലാ ബാങ്കുകൾ വീർപ്പുമുട്ടുമ്പോൾ അവയെ നിലനിർത്താൻ വീണ്ടും മൂലധനം നൽകി സംരക്ഷിക്കാൻ ഗവൺമെന്റ് തയ്യാറാകേണ്ടി വന്നു. ഇതുവഴിയുണ്ടായ ധനച്ചോർച്ച അതിഭീകരമായിരുന്നു. ഇതു ഗുരുതരമായ അഴിമതിയാണ്.

അയ്യായിരം കോടിരൂപ ചെലവഴിച്ച് പട്ടേലിന്റെ പ്രതിമ നിർമ്മിച്ചതു കൊണ്ടൊന്നും ഇത്തരം ഭയാനകമായ ഭരണകൂട ചെയ്തികളെ

മറച്ചുവെയ്ക്കാൻ ബിജെപിയ്ക്കോ എൻ.ഡി.എ.യ്ക്കോ കഴിയില്ല. ഭരണഘടനയ്ക്കും; കോടതികൾ, പാർലമെന്റ് തുടങ്ങിയ എന്നിവയ്ക്കുമെതിരെ സംഘപരിവാറിന്റെ കടന്നാക്രമണങ്ങൾ രൂക്ഷമായ കാലയളവാണ് കഴിഞ്ഞ അഞ്ചു വർഷങ്ങൾ. സാക്ഷി മഹാരാജ്' എന്ന യുപിയിലെ എം.പി ഇപ്പോൾ പ്രസംഗിച്ചിരിക്കുന്നത് മോദി വീണ്ടും അധികാരത്തിൽ വരികയാണെങ്കിൽ ഇത് ഇന്ത്യയിലെ അവസാന തെരെഞ്ഞെടുപ്പായി മാറുമെന്നാണ്. ബിജെപി നേതൃത്വത്തിന്റെ ഉള്ളിലിരിപ്പാണ് ഇതിലൂടെ വെളിയിൽ ചാടിയിരിക്കുന്നത്. ഇടതുപക്ഷ ജനാധിപത്യ ശക്തികൾ ഇന്ത്യയിലെ ജനകോടികളോട് സംവദിച്ച ആശങ്കയ്ക്കാണ് ഇതുവഴി അടിവരയിട്ടിരിക്കുന്നത്.

ആയതിനാൽ ഒരു രാജ്യമെന്ന നിലയിൽ ഇന്ത്യനിലനിൽക്കണമെങ്കിൽ മോദി ഭരണത്തിന് അറുതി വന്നേ തീരൂ. രണ്ടു നൂറ്റാണ്ടിന്റെ സാമ്രാജ്യത്വ വിരുദ്ധ സമരത്തിലൂടെ രൂപപ്പെട്ട നമ്മുടെ മഹാരാജ്യത്തിന്റെ ഐക്യം തകർക്കാനുള്ള സംഘപരിവാറിന്റെ നീക്കത്തെ ചെറുത്തുതോല്പിക്കാനുള്ള നിർണ്ണായകമായ അവസരമാണ് നമുക്ക് കൈവന്നിരിക്കുന്നത്.

അക്ഷരം കൈകാര്യം ചെയ്യുന്നവെന്ന നിലയിൽ എഴുത്തുകാർക്ക് ഈ ദൗത്യത്തിൽ നിർണായകമായൊരു പങ്കു വഹിക്കാൻ കഴിയണം. മതഭ്രാന്തെന്ന നിരക്ഷരതയെ ചെറുത്തുതോല്പിക്കണമെങ്കിൽ അതിന്റെ കാര്യാലയമായ ബിജെപിയെ തറപറ്റിക്കണം. മതേതരത്വമാണ് ഏതൊരു ജനതയുടെയും ആത്മാവ്. അതു നഷ്ടമായാൽപ്പിന്നെ രാജ്യം ജഡമായി തീരും. അതിൽ നിന്നും ഐ.എസ് മോഡൽ ബീഭത്സക്കോലങ്ങൾ മുളച്ചുപൊന്തും. രാജ്യം ഭ്രാന്താലയമായിത്തീരും. അതിനാൽ ഇന്ത്യൻ അധഃപതനത്തിലേയ്ക്കുള്ള അന്തകവിത്തായ സംഘപരിവാറിനെ രാജ്യഭ്രഷ്ടമാക്കാനുള്ള പ്രവർത്തനങ്ങളിൽ മുഴുകാൻ തയ്യാറാവുകയാണ്, ഒരു ജനാധിപത്യ രാജ്യത്തെ വോട്ടവകാശമുള്ള പൗരന്മാരായ നാമേവരുടേയും അടിയന്തിര കടമ.

NB: തലവാചകമായി നൽകിയ കവിതാശകലം കരീപ്പുഴ ശ്രീകുമാറിന്റേതാണ്

(ഓറമാസിക 2019 ഏപ്രിൽ)

മാവോയിസ്റ്റ വേട്ടയും അതിവേഗ റെയിൽവേയും

ആരോഗ്യ- വിദ്യാഭ്യാസ-പൊതു വിതരണ മേഖലകളിൽ സോഷ്യലിസ്റ്റ് ലക്ഷ്യങ്ങളിലൂന്നിയ ക്ഷേമ പ്രവർത്തനങ്ങൾ നടപ്പാക്കി ഇന്ത്യക്കുതന്നെ മാതൃകയായിരിക്കുകയാണ് കേരളത്തിലെ എൽ.ഡി. എഫ് സർക്കാർ. എന്നാൽ ചില കാര്യങ്ങളിലുള്ള ആഭ്യന്തരവകുപ്പിന്റെയും പൊതുഗതാഗത വകുപ്പിന്റേയും നിലപാടുകളും നടപടികളും അടിയന്തരമായ തിരുത്തലുകൾ ആവശ്യപ്പെടുന്നതാണ്. ഇതിൽ പ്രധാനമാണ് മാവോയിസ്റ്റുകളുടെ കൊലപാതകവും അലൻ - താഹമാർക്കെതിരായ കരിനിയമ പ്രയോഗവും

വ്യക്തികളോ പ്രസ്ഥാനങ്ങളോ അക്രമോത്സുകമോ അരാജകമോ, അപരിഷ്കൃതമോ ഒക്കെയാവാം. എന്നാൽ അവരെ കൈകാര്യം ചെയ്യുന്ന ഗവൺമെന്റ് പരിഷ്കൃതമാവണം; ആധുനിക ജനാധിപത്യം അടിവരയിട്ടു പറയുന്ന കാര്യമാണിത്. പ്രതിഫലം കിട്ടാനായി മാവോയിസ്റ്റുകളെ കൊണ്ട് മൃതദേഹം മേലധികാരത്തിനു കാഴ്ചവെച്ച് പ്രീതി സമ്പാദിക്കുന്ന തണ്ടർബോൾട്ടിനു കീഴിലല്ല അവർക്കു മുകളിലാണ് കേരളാപോലീസ് പ്രവർത്തിക്കേണ്ടത്. സാമന്തന്മാരുടെ പ്രദേശങ്ങളിൽ മൃഗയാവിനോദം നടത്തുന്ന ചക്രവർത്തിമാരുടെ മനോനിലയോടെ തെരെഞ്ഞെടുക്കപ്പെട്ട ജനാധിപത്യസർക്കാർ പ്രവർത്തിക്കുന്ന കേരളത്തിൽ വന്ന് ഹിംസയുടെ പരമ്പരകൾ നടത്താൻ കേന്ദ്ര സൈനിക

ഘടകങ്ങളെ അനുവദിച്ചുകൂടാ, പന്തീരാങ്കാവ് കേസിലെ പ്രതികൾ ആട്ടിൻകുട്ടികളല്ലെന്നും അവർ ഗുരുതരമായ തെറ്റു ചെയ്തിട്ടുണ്ടെന്നും മുഖ്യമന്ത്രി മാധ്യമങ്ങളോട് പറഞ്ഞെങ്കിലും അവരുടെ തെറ്റുകളുടെ വ്യാപ്തി വ്യക്തമാക്കുന്ന ഒരു തെളിവോ മൊഴിരേഖയോ പോലും ജനസമക്ഷം വെക്കാൻ സർക്കാറിനായിട്ടില്ല. യു.എ.പി.എ എന്ന പച്ചക്കൊടി വഴി എൻ.ഐ.എയ്ക്ക് കുറ്റാരോപിതരെ എറിഞ്ഞു കൊടുക്കാനും എൽഡിഎഫ് ഗവർമെന്റിന്റെ ആഭ്യന്തര വകുപ്പ് തയ്യാറായി. ഇങ്ങനെ പോയാൽ പിന്നെ ഇടതുപക്ഷത്തിന് തത്വശാസ്ത്രമോ ആകാശമോ ഉണ്ടാവുമോ? കെ.കരുണാകരന്റെ പ്രേത ബാധയേറ്റിരിക്കുകയല്ലേ ആഭ്യന്തരവകുപ്പിന്? തെറ്റ് അടിയന്തിരമായി തിരുത്തിയില്ലെങ്കിൽ ഇന്ദ്രപ്രസ്ഥത്തിലേതുപോലെ ഇവിടെയും ജനാധിപത്യത്തിന്റെ ശ്മശാനപാലകന്മാർക്കായി തസ്തിക ക്ഷണിക്കപ്പെടും. കനൽ ഒരുതരിമതി. അതുപോലെ, തെറ്റിന്റെ സൂചനകൾ കണ്ടാൽ അതിനെ പിഴവും ജാഗ്രതക്കുറവുമായി ചിത്രീകരിച്ച് ജനങ്ങളെ ചിരിപ്പിക്കാൻ നിൽക്കാതെ തെറ്റു സമ്മതിച്ച് തിരുത്താൻ തയ്യാറാവണം.

കെ.റെയിൽ എന്ന ഭയാനാകരമായ മോഡിമോഡൽ ബുൾഡോസർ പദ്ധതിയുമായി ഒരിക്കലും എൽ.ഡി.എഫ് ഗവർമെന്റ് മുന്നോട്ടു വരരുതായിരുന്നു. 66,000 ൽ പരംകോടി രൂപ ചെലവിട്ടു കൊണ്ടും 9500 ഓളം കെട്ടിടങ്ങൾ ഇടിച്ചു നിരത്തിക്കൊണ്ടുമുള്ള ഈ പദ്ധതി ഉടൻ ചവറ്റുകൊട്ടയിലെറിയാൻ സർക്കാർ അമാന്തിച്ചുകൂടാ. നാലുമണിക്കൂർ കൊണ്ട് കാസർകോഡു നിന്നും തിരുവനന്തപുരത്തെത്താൻ കഴിയുമെന്നതാണ് പദ്ധതിയുടെ ഏക മേന്മയായി സർക്കാരിനുപോലും പറയാനാവുന്നത്. എന്നാൽ നിലവിലുള്ള റെയിൽപാത ആധുനികവൽക്കരിക്കുന്നതിലൂടെ തന്നെ പര്യാപ്തമായ വേഗതയിൽ ട്രെയിനുകൾ ഓടിക്കാനാവും. പാത ഇരട്ടിപ്പിക്കൽ പൂർത്തിയായി വരുന്നു. വൈദ്യുതീകരണവും ഇലക്ട്രോണിക്ക് സിഗ്നലും ഏർപ്പെടുത്തുകയും പാതയും പാലങ്ങളും ബലപ്പെടുത്തുകയും ചെയ്തും വേഗത കൂട്ടാനാവുമെന്ന് സമരരംഗത്തുള്ളവർ ചൂണ്ടിക്കാട്ടുന്നത് സർക്കാർ കണക്കിലെടുക്കണം. വേഗത റൗണ്ട് ഫിഗറാക്കുകയല്ലല്ലോ തെരഞ്ഞെടുക്കപ്പെട്ട സർക്കാരിന്റെ ജോലി.

നിർമാണ-എഞ്ചിനീയറിംഗ് രംഗത്തെ ഒരു വരേണ്യവർഗത്തിന്റെ. ലാഭ താൽപര്യം മാത്രം ശമിപ്പിക്കുന്ന കെ.റെയിൽ എന്തിനാണ് മനുഷ്യരുടെ സ്വസ്ഥവാസകേന്ദ്രങ്ങളെ ശ്മശാന ഭൂമിയാക്കിക്കൊണ്ട് നടപ്പാക്കുന്നത്.? കുടിയൊഴിക്കപ്പെടുന്നവർക്ക് 3-4 ഇരട്ടി നഷ്ട പരിഹാരമെന്നാക്കെയുള്ള പ്രചാരണങ്ങൾ സിൽവർ ലൈൻ ലോബി നടത്തുന്നത് തട്ടിപ്പാണെന്ന് കെ.റെയിൽ വിരുദ്ധ സമരസമിതികൾ വ്യക്തമാക്കുന്നു.

കേരളം കണ്ട ഏറ്റവും വലിയ ഭൂ-പാർപ്പിട അഭയാർത്ഥി സൃഷ്ടിയാവും കെ.റെയിലൂടെ ഉണ്ടാവുകയെന്നും, വല്ലാർപാടം കണ്ടെയ്നർ ടെർമിനലിനു വേണ്ടി മൂലമ്പിള്ളിയിൽ കുടിയൊഴിപ്പിച്ച 360 കുടുംബങ്ങളെപ്പോലും ഇനിയും പുനരധിവസിപ്പിച്ചിട്ടില്ലെന്നും സമരസമിതികൾ ചൂണ്ടിക്കാട്ടുന്നു. നീണ്ട സമരങ്ങൾക്കൊടുവിൽ ഇവർക്കായി പ്രഖ്യാപിച്ച പുനരധിവാസ പാക്കേജ് ഇന്നും കടലാസിലാണെന്നും കുടിയിറക്കപ്പെട്ടവർ ഇപ്പോഴും വാടകവീടുകളിലും ബന്ധു വീടുകളിലുമാണെന്നുമുള്ള അനുഭവം സമരരംഗത്തുള്ളവർ പങ്കുവെക്കുന്നു.

നീണ്ട സമരങ്ങൾക്കൊടുവിൽ ദേശീയ പാതാവികസനം 30 മീറ്ററിലധികം വീതിയിലാക്കില്ല എന്ന് കഴിഞ്ഞ യു.ഡി.ഫ് സർക്കാറിന് പ്രഖ്യാപിക്കേണ്ടി വന്നെങ്കിലും എൽ.ഡി.എഫ് ഇതുപോലും അട്ടിമറിച്ച് 45 മീറ്റർ വീതിയിൽ റോഡുണ്ടാക്കുകയാണെന്നും പരിസ്ഥിതി സംഘടനകൾ ആരോപിക്കുന്നു. മാധവ് ഗാഡ്ഗിലിനെ പോലുള്ളവർ പ്രളയം പ്രവചിച്ച് മാസങ്ങൾക്കകം അത് യാഥാർത്ഥ്യമായി. ഇനിയും വയലുകളും തണ്ണീർത്തടങ്ങളും കിണറുകളും നികത്താൻ സർക്കാർ തന്നെ മുന്നോട്ടു വന്നാൽ കേരളമെന്ന ജനവാസ കേന്ദ്രം അതിജീവിക്കില്ല എന്നതാണ് സത്യം. ലക്കും ലഗാനുമില്ലാതെ ഭൂമിയുടെ നാഡിഞരമ്പുകൾ ആഴത്തിലും പരപ്പിലും മുറിക്കുന്നത് കേരളത്തിന്റെ നീരൊഴുക്ക് അലങ്കോലമാക്കി മരുവൽക്കരണം തീവ്രമാക്കും. ഇങ്ങനെ എന്തുകൊണ്ടു നോക്കിയാലും കെ.റയിൽ വിസ്മയമല്ല, വിനാശമാണ് എന്ന് ജനങ്ങൾ തിരിച്ചറിഞ്ഞിട്ടുണ്ട്. തിരിച്ചറിയാൻ സർക്കാരും ഭരണ മുന്നണിയും മാത്രമേ ബാക്കിയുള്ളൂ.

ആണവ നിലയത്തെയും എക്സ്പ്രസ് ഹൈവേയും ചെറുത്തു തോൽപ്പിച്ചവരാണ് കേരളീയർ. രാഷ്ട്രത്തിന്റെ, വിശിഷ്യാ, വാഗ്ദാനങ്ങളുടെ പൂക്കാലമായ തെരഞ്ഞെടുപ്പ കാലത്തുപോലും ഇടതുപക്ഷ മനസു സൂക്ഷിക്കുന്ന കേരളത്തിൽ പതിനായിരങ്ങൾ സ്വഭനങ്ങൾ തകരുന്നതിന്റെ പേക്കിനാവും നെഞ്ചെടിപ്പുമായി കഴിയേണ്ടിവരുത്. അതിവേഗ റെയിൽവേ പദ്ധതിപൂർണമായും ഉപേക്ഷിക്കാൻ കേരള സർക്കാർ തയ്യാറാവണം.

നഷ്ടമൂല്യങ്ങളുടെ വീണ്ടെടുപ്പിന്

ഒരു സാംസ്കാരിക സദസ്സിൽ, മൊബൈൽഫോൺ ഇല്ലാത്ത ഒരു കാലമുണ്ടായിരുന്നു എന്നു കേട്ടതും, കുട്ടികൾ ഞെട്ടിത്തരിക്കുന്നത് കാണുമാറായി. ആധുനിക സൗകര്യങ്ങൾ ലഭ്യമല്ലാത്ത ജനവിഭാഗങ്ങളുടെ ദാരിദ്ര്യത്തെക്കുറിച്ച് നമ്മുടെ കുട്ടികൾക്കറിയാം. എന്നാൽ മാനവരാശിയുടെ കണ്ടുപിടിത്തങ്ങൾ ഏറെയുണ്ടായിട്ടും അത് അനുഭവിക്കാൻ അവകാശമില്ലായിരുന്ന ഒരു ജനത നമ്മുടെ രാജ്യത്തും ജീവിച്ചിരുന്നുവെന്ന് പലർക്കുമറിയില്ല. ഇത് അവരെ പഠിപ്പിച്ച് പ്രബുദ്ധരാക്കേണ്ടത് മുതിർന്നവരായ നമ്മളാണ്. ചെരുപ്പ ധരിക്കാനോ, കുട ചൂടാനോ, മാറു മറയ്ക്കാനോ അവകാശമില്ലാതിരുന്ന, താണജാതിക്കാരായി വേർതിരിച്ചു നിർത്തപ്പെട്ട ഒരു ജനസമൂഹം ഇവിടെ ജീവിച്ചുമരിച്ചിരുന്നു എന്ന് ഓർമ്മിച്ചെടുക്കുന്നതിൽ നിന്നാവണം നമ്മുടെ ചരിത്രബോധത്തിന്റെ തുടക്കങ്ങളിലൊന്ന്.

ഏതൊരു ജനതയുടേയും മുന്നോട്ടുപോക്കിന്റെ മുന്നുപാധികളിലൊന്നാണ് ചരിത്രബോധം. നമ്മുടെ വിദ്യാഭ്യാസ പദ്ധതികളിൽ ചരിത്രത്തിനും ഭാഷയ്ക്കും സാഹിത്യത്തിനുമുണ്ടായിരുന്ന സ്ഥാനം ക്ഷയിച്ചു തുടങ്ങിയിരിക്കുന്നു. തനി പ്രയോജനവാദികളുടെ ഒരു തലമുറയെ, അഥവാ തലയും മുറയുമില്ലാത്ത ഒരു തലമുറയെ, സൃഷ്ടിച്ചെടുക്കാനാണ് പലരും വെമ്പൽ കൊള്ളുന്നത്. ചരിത്രബോധമോ, ശാസ്ത്രജ്ഞാനമോ

ഇല്ലാത്ത ജനത ആൾദൈവങ്ങളിലേക്കും അനാചാരങ്ങളിലേക്കും കൂറുമാറ്റപ്പെടുക എളുപ്പം. ദൗർഭാഗ്യവശാൽ കേരളം ഇന്നു സാക്ഷ്യം വഹിക്കേണ്ടിവരുന്നത് ഇതിനല്ലേ?.

ഒരു സൈക്കിൾ പോലും ലഭ്യമല്ലാതിരുന്ന; അപൂർവ്വം കാളവണ്ടിയൊഴിച്ച് മുക്കാൽ പങ്കും കാൽനടയായിച്ചെന്നാണ് ദേശീയ പ്രസ്ഥാനത്തിന്റെയും കമ്മ്യൂണിസ്റ്റ് പ്രസ്ഥാനത്തിന്റെയും നേതാക്കൾ യുവജനങ്ങളേയും കർഷകരേയും തൊഴിലാളികളേയും സംഘടിപ്പിച്ചിരുന്നത്. അങ്ങനെ സ്വാതന്ത്ര്യം ലഭ്യമായി മനുഷ്യരായിത്തീർന്ന, കേരളീയരെപ്പോലെ വലിയൊരളവോളം വിമോചിതരായ, ഒരു ജനത സ്വാതന്ത്ര്യത്തിന്റെ ദുരുപയോഗത്തിൽ മുൻപന്തിയിലെത്താൻ ഉഴറുകയാണ്. നിസ്സാരമായ ഒരു ഇല്ലായ്മയിൽപോലും അലോസരം കൊള്ളുന്ന വലിയൊരു പറ്റം മനുഷ്യരെ ഭോഗമുതലാളിത്തം ഇതിനകം തന്നെ സൃഷ്ടിച്ചു കഴിഞ്ഞിട്ടുണ്ട്. മുതലാളിത്തം സ്വന്തം പ്രതിച്ഛായയിൽ ലോകത്തെ പുനർനിർമ്മിക്കുന്നു എന്ന് മാർക്സ് വിലയിരുത്തിയത് ഇവിടെ സ്മരിക്കാം. പ്രശ്നങ്ങൾ എളുപ്പം പരിഹാരമന്വേഷിച്ച് ശംഖിലേക്കും ധർമ്മരക്ഷായന്ത്രങ്ങളിലേക്കും ഇവിടുത്തുകാർ കൂപ്പുകുത്തിയിട്ടില്ലേ?. ജനനം, വിവാഹം, മരണം തുടങ്ങിയ ചടങ്ങുകളെല്ലാം ജാതിബദ്ധമോ മതബദ്ധമോ ആയിത്തീരുന്നതും കാണാം.

അമ്മ എന്നത് കേരളത്തിലെങ്കിലും വൈയക്തികമോ സാമൂഹികമോ ആയ അനുഭവമല്ല. ഇന്ന് അതൊരു ആത്മീയ നേതൃത്വത്തിന്റെ വിളിപ്പേരാണ്. വൃദ്ധസഹസ്രങ്ങളേയും പൂതപ്പാട്ടിലെ അമ്മയേയുമെല്ലാം അഗണ്യകോടിയിൽ വിസ്മരിച്ച് വ്യാജവും ഉത്തരവാദിത്വരഹിതവുമായ അമ്മസങ്കൽപ്പങ്ങളുടെ സമീപത്തേക്ക് പലതും നടന്നടുക്കുന്നതിനു സമാന്തരമായിത്തന്നെയാണ് അമ്മമാരെ തൊഴുത്തിലും തെരുവിലും ഏകാന്തതയിലും തള്ളുന്ന മക്കളുടെ അനുഭവങ്ങൾ കടന്നുവരുന്നത്.

ഇതിനൊക്കെ എതിരെ പ്രചാകരും സംഘാടകരും പ്രക്ഷോഭകാരികളുമാവാൻ നിയുക്തരായ നമ്മുടെ അച്ചടി ദൃശ്യമാധ്യമങ്ങളിൽ പലതും ആൾദൈവങ്ങളുടേയും അന്ധവിശ്വാസങ്ങളുടേയും പ്രചാരകരായി അധഃപതിച്ചിരിക്കുകയാണ്. 'ദൈവം തെറ്റു ചെയ്താലും ഞാൻ റിപ്പോർട്ടു ചെയ്യു'മെന്ന് പ്രഖ്യാപിച്ച സ്വദേശാഭിമാനി രാമകൃഷ്ണപിള്ളയുടെ നാട്ടിൽ മാനം വിറ്റും പണം നേടിക്കൊണ്ടാൽ പണം ആ നാണക്കേടു തീർത്തുകൊള്ളുന്ന വാക്യത്തെ വേദവാക്യമാക്കി പലരും സമ്പന്നരാകുന്നു. ആൾദൈവങ്ങളുടെ മക്കൾ കോടതിയിൽ പോയി ഗെയ്ൽ ട്രേഡ്വെല്ലിന്റെ പുസ്തകം നിരോധിക്കുന്നു.

ഭ്രാന്താലയത്തിലേക്കുള്ള പിന്മടക്കത്തിലാണോ എന്ന് ആശങ്കപ്പെടാവുന്ന ഒരു കാലമാണിത്. ഭവിഷ്യത്തുകളെ ഭയപ്പെടാത്ത ആത്മബോധവുമായി സാംസ്കാരിക പ്രവർത്തനം ഇത്തരം നീചയാഥാർത്ഥ്യങ്ങളെ നേർക്കുനേർ വെല്ലുവിളിച്ചിട്ടില്ലെങ്കിൽ 'മാറ്റുവിൻ ചട്ടങ്ങളെ സ്വയമതല്ലെങ്കിൽ മാറ്റുമതുകളീ നിങ്ങളെത്താൻ' എന്ന് ആശാൻ ഉണർത്തിയ ദുരവസ്ഥയാവും പൊതുപ്രവർത്തനത്തെ ഗ്രസിക്കുക. ആഗോള ബന്ധങ്ങളും അധോലോക പിന്തുണയുമുള്ളതായ അന്ധകാര സംഘങ്ങൾ ചേർന്ന് ജാതിമത വിരുദ്ധവും മതേതരവുമായ മൂല്യങ്ങൾക്ക് നേരെ കൊലവിളി ഉയർത്തുമ്പോൾ

എത്തേണ്ടതാമിടമെത്തിയാലും ശരി
മധ്യേ മരണം വിഴുങ്ങിയാലും ശരി
മുമ്പോട്ടുതന്നെ നടക്കും വഴിയിലെ
മുള്ളുകളൊക്കെ ചവിട്ടിമെതിച്ചു ഞാൻ (വള്ളത്തോൾ)

തുടങ്ങിയ വരികളുടെ ആർജ്ജവം കൈമുതലാക്കിയും അയ്യൻകാളിയും സഹോദരൻ അയ്യപ്പനും ശ്രീനാരായണ ഗുരുവും സഹോദരൻ അയ്യപ്പനും വക്കം മൗലവിയും ചട്ടമ്പി സ്വാമികളും പ്രേംജിയും വി.ടി.ഭട്ടതിരിപ്പാടും ഉയർത്തിപ്പിടിച്ച, പ്രബുദ്ധതയുടെയും സ്വാതന്ത്ര്യവാഞ്ജയുടെയും യുക്തിബോധത്തിന്റെയും കൊടിക്കൂറ കയ്യേറ്റുവാങ്ങി നവ സാമൂഹ്യനിർമ്മിതിക്കുവേണ്ടി മുന്നിട്ടിറങ്ങിയാൽ മാത്രമേ ആസന്നമായ ആപത്തിൽ നിന്നും നമ്മുടെ സമൂഹത്തെ രക്ഷിച്ചെടുക്കാൻ കഴിയൂ. ഒരു വിദ്യാലയം അടയ്ക്കുന്നയാൾ നൂറു കാരാഗൃഹങ്ങൾ അടയ്ക്കുന്നുവെന്നാണല്ലോ. ഈ മഹാപരിശ്രമത്തിൽ വായനശാലകളും ഗ്രന്ഥശാലകളും വലിയ പങ്കു നിർവ്വഹിക്കാൻ പ്രാപ്തമാവേണ്ടതാണ്.

(ജവഹർ പബ്ലിക്ക് ലൈബ്രറി കണ്ണൂര് സോവനീർ)

നരേന്ദ്രമോഡി ഭരണം: രാജ്യദ്രോഹ അജണ്ട വ്യക്തമാവുന്നു

2014 ലെ പതിനാറാം ലോക്സഭാ തെരെഞ്ഞെടുപ്പിലെ ജനവിധിക്കാധാരമായ യഥാർത്ഥ ഘടകങ്ങളെക്കുറിച്ച് നിരവധി അഭിപ്രായങ്ങൾ പുറത്തുവന്നുകൊണ്ടിരിക്കുകയാണല്ലോ. ജനങ്ങളുടെ പ്രശ്നങ്ങൾ പരിഹരിക്കാതെ അവയോട് പുറന്തിരിഞ്ഞു നിന്നതായിരുന്നു മൻമോഹൻസിംഗിന്റെ നേതൃത്വത്തിലുള്ള രണ്ടാം യുപിഎ സർക്കാരിന്റെ പതനത്തിനു മുഖ്യകാരണമെന്ന വിലയിരുത്തലാണ് ഇതിൽ പ്രബലം. എന്നാൽ പ്രസ്തുത ജനവിരുദ്ധ നയത്തിനാധാരമായതും, 1991 ലെ നരസിംഹറാവു സർക്കാർ നടപ്പാക്കിത്തുടങ്ങിയതുമായ പുത്തൻ സാമ്പത്തികനയങ്ങളുടെ ഉച്ചസ്ഥായിലേക്കുള്ള റോക്കറ്റ് വേഗതയിലുള്ള തുടർച്ചയാണ് യഥാർത്ഥത്തിൽ കോൺഗ്രസ്സിന് നൂറ് സീറ്റുപോലും തികയ്ക്കാനാവാത്ത വിധം ദയനീയ പരാജയത്തിനിടയാക്കിയത് എന്നതാണ് യാഥാർത്ഥ്യം. ചില്ലറ വ്യാപാരമേഖലയിലേക്കടക്കം ബഹുരാഷ്ട്രകുത്തകകളുടെ വാഴ്ച ഉറപ്പുവരുത്തി സർവ്വമേഖലയേയും സാമ്രാജ്യത്വ തേർവാഴ്ചയ്ക്ക് തുറന്നിട്ടു നൽകിയ യുപിഎ സർക്കാരിനെതിരായ വ്യക്തമായ തിരിച്ചടിയാണെന്നു വ്യക്തമാണ്. മുഴുവൻ പുരോഗമന-ജനാധിപത്യ ശക്തികളെയും അണിനിരത്തി ഇതിനെതിരായി ബലിഷ്ഠമായ ഒരു മുന്നണിയുണ്ടാക്കി തെരഞ്ഞെടുപ്പിനെ നേരിടുന്നതിൽ ഇടതുപക്ഷശക്തികൾക്കുണ്ടായ പരാജയത്തെ മുതലെടുത്തും, പുത്തൻ

കൊളോണിയൽ മൂലധനത്തിന്റെ മലവെള്ളപ്പാച്ചിൽ സൃഷ്ടിച്ചും, മാധ്യമസന്നാഹങ്ങളെ ഉപയോഗിച്ചും ബി.ജെ.പിയുടെ നേതൃത്വത്തിലുള്ള എൻഡിഎ അധികാരത്തിൽ വരികയും ചെയ്തു.

2014 മെയ് 26ന് അധികാരമേറ്റെടുത്ത നരേന്ദ്രമോഡിയുടെ നേതൃത്വത്തിലുള്ള എൻഡിഎ സർക്കാർ നിർവ്വഹിക്കാൻ പോകുന്നത് ഒരു പരമാധികാര രാഷ്ട്രമെന്ന നിലയിൽ നിന്നും ഇന്ത്യയെ ഒരു സാമ്രാജ്യത്വ വിധേയ രാഷ്ട്രമാക്കി ചുരുക്കുകയും, അതിന്റെ ഗുണഭോക്താക്കളാവുകയുമെന്നതാണെന്ന് ഇടതുപക്ഷ ശക്തികളും മറ്റു പുരോഗമന വിഭാഗങ്ങളും നേരത്തെ ചൂണ്ടിക്കാണിച്ചിരുന്നു. പുതിയ പ്രധാനമന്ത്രിയായ മോഡിയുടെ 'പത്ത് മുൻഗണന'യും പ്രതിരോധ മേഖലയിൽ നൂറു ശതമാനം വിദേശനിക്ഷേപം അനുവദിക്കുമെന്നുള്ള മന്ത്രി അരുൺജെയ്റ്റ്ലിയുടെ പ്രസ്താവനയും, വികസന പദ്ധതികളിന്മേലുള്ള വനം-പരിസ്ഥിതി വകുപ്പിന്റെ ക്ലിയറൻസ് ഇനി തീവ്രവേഗത്തിലാക്കാനുള്ള മന്ത്രി പ്രകാശ് ജാവ്ദേക്കറുടെ വകുപ്പിന്റെ തീരുമാനവുമെല്ലാം ഇന്ത്യയിലെ പുരോഗമന-ദേശാഭിമാന-ജനാധിപത്യശക്തികളുടെ മുന്നറിയിപ്പിനെ തീർത്തും ശരിവെക്കുന്നതാണ്.

നരേന്ദ്രമോഡിയുടെ പത്ത് മുൻഗണനകളിലൊന്ന് സാമ്പത്തിക വളർച്ച കൈവരിക്കാനുള്ള തടസ്സങ്ങൾ നീക്കുമെന്നാണല്ലോ. സാമ്പത്തിക വളർച്ച കൊണ്ട് മോഡി ഉദ്ദേശിക്കുന്നത് പൊതുമേഖലയുടെ ഉച്ചാടനം, ക്ഷേമപദ്ധതികൾ അവസാനിപ്പിക്കൽ, തന്ത്രപ്രധാനമായ മേഖലകളിലടക്കം ബഹുരാഷ്ട്രകുത്തകകളുടെയും വിദേശശക്തികളുടേയും കടന്നുകയറ്റം പ്രോത്സാഹിപ്പിക്കൽ എന്നിവയാണ്. ഇത് പുത്തൻ സാമ്പത്തിക നയത്തെ തീവ്രവേഗത്തിലാക്കുന്നതാണ്. വിദ്യാഭ്യാസം, ഊർജ്ജം, കുടിവെള്ളം എന്നിവയ്ക്ക് ഊന്നൽ നൽകുമെന്ന പ്രസ്താവനയാകട്ടെ വിദ്യാഭ്യാസരംഗത്തെ വർഗ്ഗീയവൽക്കരണം, ആണവനിലയമടക്കമുള്ള പരിസ്ഥിതി വിധ്വംസകമായതും സാമ്രാജ്യത്വ പ്രതിസന്ധി പരിഹരിക്കുന്നതുമാത്രവുമായ പദ്ധതികളുടെ നടപ്പാക്കൽ എന്നിവ മാത്രമേ ഓർമ്മിപ്പിക്കുന്നുള്ളൂ. അല്ലാതെ കുടിവെള്ള-ശീതള പാനീയ മേഖലകളെ കോർപ്പറേറ്റ് ആധിപത്യത്തിൽ നിന്നു വിമോചിപ്പിക്കാൻ ഈ ഭരണകൂടത്തിനാവുമോ? അടിസ്ഥാന സൗകര്യ വികസന മേഖല പരിപോഷിപ്പിക്കുന്ന നയം നടപ്പിലാക്കാനാവട്ടെ ഒരു ദേശീയ സമ്പദ്‌വ്യവസ്ഥ കെട്ടിപ്പടുക്കാനുള്ള സാമ്രാജ്യത്വ വിരുദ്ധ ഇച്ഛാശക്തി അവശ്യവുമാണ്. അത്തരമൊരു കാര്യപരിപാടിയേ ഈ സർക്കാരിനില്ല എന്നത് പത്തു മുൻഗണനകളിലൊന്നായ 'നയങ്ങളുടെ തുടർച്ച' എന്നതിലൂടെ വ്യക്തവുമാണല്ലോ.

പുത്തൻ സാമ്പത്തിക നയങ്ങളിലൂടെ ക്ഷയോന്മുഖമാകാൻ തുടങ്ങിയ സമ്പദ്വ്യവസ്ഥയെ പുനരുജ്ജീവിപ്പിക്കാൻ ഒരു സ്വാശ്രിത വികസന നയത്തിനേ സാധിക്കൂ. മന്ത്രാലയങ്ങൾക്കിടയിൽ മെച്ചപ്പെട്ട ഏകോപനം, ഉദ്യോഗസ്ഥരിൽ ആത്മവിശ്വാസം വളർത്തും, ഉദ്യോഗസ്ഥർക്ക് കൂടുതൽ അധികാരവും പ്രവർത്തന സ്വാതന്ത്ര്യവും നൽകും എന്നീ മോഡിസർക്കാരിന്റെ മുൻഗണനകളിലെ ഗിമ്മിക്കുകൾ എക്സിക്യൂട്ടിവിനെ പ്രകീർത്തിക്കുന്നതും 1975-77 ലെ അടിയന്തിരാവസ്ഥയിലെ അച്ചടക്കത്തെ ഓർമ്മിപ്പിക്കുന്നതുമാണ്. പുത്തൻ സാമ്പത്തികനയത്തിന്റെ പരിപൂർണ്ണമായ നടത്തിപ്പിന് അവശ്യം വേണ്ട പ്രസ്തുത ഉപാധികൾ ഒരു ജനപ്രിയ കാര്യപരിപാടിയായി അവതരിപ്പിച്ച് വിലകുറഞ്ഞ കൈയടി നേടാനാണ് ഇവിടെ ശ്രമം.

പ്രതിരോധ മേഖലയിൽ ഇന്നുള്ള 26% വിദേശനിക്ഷേപം തന്നെ ഒരു സ്വതന്ത്ര-പരമാധികാര രാജ്യത്തിന് അപമാനകരമാണ്. ഇത് നൂറുശതമാനമാക്കാനാണ് മോഡി സർക്കാർ ഉദ്യമിക്കുന്നത്. ബോഫോഴ്സ് മുതൽ, തെഹൽക്ക തുറന്നുകാട്ടിയ ഒന്നാം എൻഡിഎ സർക്കാരിന്റെ പ്രതിരോധ രഹസ്യവും, ശവക്കച്ച കുംഭകോണവും ഹെലികോപ്റ്റർ ഇടപാടു വരെയുള്ള മഞ്ഞുമലയുടെ മുകളറ്റങ്ങൾ പോലും പ്രതിരോധ രംഗത്ത് ആധിപത്യം നേടുന്ന അഴിമതിയുടെയും അനാരോഗ്യകരമായ പ്രവണതകളുടേയും വ്യക്തമായ സൂചനകൾ തന്നെ സ്വാതന്ത്ര്യ സ്നേഹികളുടെ മനസ്സിനെ ഇതിനകം മുറിവേൽപ്പിച്ചിട്ടുണ്ട്. പ്രതിരോധ മേഖലയിലെ വിദേശനിക്ഷേപം നൂറു ശതമാനമായി മാറുന്നതോടെ ഇന്ത്യയെ സാമ്രാജ്യത്വ ശക്തികളുടെ തന്നെ ഒരു തുറന്ന കേളീരംഗവും ഭരണാധികാരികൾ അവരുടെ കളിപ്പാവകളുമായി മാറുമെന്ന് തീർച്ചയാണ്. പുത്തൻ ഖഷോഗിമാരുടെയും ആയുധക്കള്ളകടത്തുകാരുടെയും സാമന്ത പ്രദേശമായി മാറുന്ന ഇവിടം വിദേശ ചാരപ്രവർത്തനങ്ങളുടെയും തുറന്ന പറുദീസയായാണ് ഇതിലൂടെ മാറിത്തീരുക. ഭഗത്സിംഗും രാജ്ഗുരുവും സുഖ്ദേവ്മെല്ലാം രക്തസാക്ഷിത്വത്തിലൂടെ വാനോളമുയർത്തിയ ദേശാഭിമാനത്തിന്റെ ദീപശിഖ ഇതോടെ അണഞ്ഞുപോകുമെന്നത് ഭീതിദമായ ഒരടിമത്തത്തിന്റെ വ്യക്തമായ ദുസ്സൂചനയാണ്. മോഡിയുടെ ഈ രാജ്യദ്രോഹപ്രവർത്തനം ഇന്ത്യൻ ജനത അനുവദിച്ചുകൊടുക്കാൻ പോകുന്നില്ല. രക്തസാക്ഷിത്വങ്ങളെ ഇന്ത്യ കൈവിടുകയുമില്ല.

വനം-പരിസ്ഥിതി മേഖലയിലെ ക്ലിയറൻസ് ഇനി ശരവേഗത്തിലാക്കുമെന്നുള്ള മന്ത്രി പ്രകാശ് ജാവ്ദേക്കറുടെ പ്രസ്താവനയും വ്യക്തമായ സൂചനകളാണ് തരുന്നത്. പശ്ചിമ-പൂർവ്വഘട്ടങ്ങളിലെ

ജൈവവൈവിദ്ധ്യങ്ങളെ ബയോടെക്നോളജിയുടെ കണ്ണഞ്ചിപ്പിക്കുന്ന മുന്നേറ്റങ്ങളുപയോഗിച്ച് കൈവശപ്പെടുത്താനും, വരാനിരിക്കുന്ന വർഷങ്ങളിലെ പുതുതലമുറക്കർഹതപ്പെട്ട ഖനിജ മേഖലയടക്കമുള്ള പ്രകൃതിവിഭവ[illegible]ത്തും കൊള്ളചെയ്യാനുഴറുന്ന വൻകിട കുത്തകകൾക്കും, അതിവേഗ റെയിൽവേ പോലുള്ള ഭ്രാന്തൻ പദ്ധതികൾക്കായി സുരക്ഷിതപാതയൊരുക്കാനുമുള്ള തീരുമാനമല്ലാതെ മറ്റൊന്നുമല്ല ഇത്. ഖനിക്കൊള്ളക്കാരായ റെഡ്ഡി സഹോദരന്മാർ അടവെച്ചു വിരിഞ്ഞതും ബിജെപിയുടെ ചിറകിൽ ചൂടിലായിരുന്നല്ലോ.

പരിസ്ഥിതി വിധ്വംസകവും; ജന ആവാസവ്യവസ്ഥകളെ കീഴ്മേൽ മറിക്കുന്നതുമായ, വൻകിട ലാഭസാദ്ധ്യതയുള്ള മെഗാവികസനപദ്ധതികൾ യാതൊരു കയ്യറപ്പുമില്ലാതെ നടപ്പാക്കുന്നവർക്കെതിരായ രൂക്ഷമായ ചെറുത്തു നില്പാണ് ഇന്ന് ഇന്ത്യയുടെ വിശാലമേഖലകളിൽ നടന്നുകൊണ്ടിരിക്കുന്നത്. ഗുജറാത്തിലെ ഗീർവനങ്ങളിൽ നടക്കുന്ന ഖനിക്കൊള്ളയുടെ വിശദാംശങ്ങൾ വിവരാവകാശ നിയമമുപയോഗിച്ച് പുറത്തുകൊണ്ടുവന്നതിനാലാണ് അമിത് ജത്വ എന്ന പരിസ്ഥിതി-ജനാധിപത്യപ്പോരാളിയെ 2010 ജൂലായ് 20ന് അഹമ്മദാബാദ് ഹൈക്കോടതി പരിസരത്തുവെച്ച് നിഷ്ഠുരമായി വധിച്ചു കളഞ്ഞത് എന്നത് നാമോർക്കണം. ബിജെപിയുടെ എം.പിയായിരുന്ന ധിനുഭായ് സോളങ്കിയാണ് ഈ കൊലപാതകത്തിനുത്തരവാദിയെന്ന് അമിത് ജത്വയുടെ കുടുംബം തന്നെ ആരോപിച്ചിട്ടുണ്ട്. ഇന്നേവരെയും ഇയാൾക്കെതിരെ യാതൊരു നടപടിയുമെടുത്തിട്ടില്ല. കേരളത്തിൽ എൻഡോസൾഫാനും, പെപ്സി-കൊക്കക്കോളയ്ക്കും എതിരായ സമരവും കാതിക്കുടം സമരം വരെയും തമിഴ്നാട്ടിലും മഹാരാഷ്ട്രയിലും ആണവനിലയങ്ങൾക്കെതിരെയും നടക്കുന്ന സമരങ്ങൾ ഇവിടെ സ്മരണീയമാണ്.

ആഗോളതാപനവും ഭക്ഷ്യപ്രതിസന്ധിയും കൊണ്ട് സൃഷ്ടിക്കപ്പെടുന്ന ഭയാനകമായ പ്രശ്നങ്ങൾ ഒരു സ്വാശ്രിതവും ശാസ്ത്രീയവുമായ സമ്പദ്വ്യവസ്ഥ കെട്ടിപ്പെടുക്കുന്നതിലൂടെ പരിഹരിക്കുന്നതിനു പകരം അവ തീവ്രമാക്കുന്ന നയ-നടപടികളാണ് എൻഡിഎയുടെ ഭരണത്തിൽ നിന്നുണ്ടാവാൻ പോകുന്നത്. ഊഹാതീതമായ പ്രകൃതി ക്ഷോഭങ്ങളിലേക്കും കൃഷിനാശത്തിലേക്കും പട്ടിണിമരണങ്ങളിലേക്കുമാണ് ഇവ നയിക്കുക.

റെയിൽ-ഖനി-തുറമുഖ- നിർമ്മാണ രംഗത്തേക്ക് പ്രത്യക്ഷ നിക്ഷേപവും വിദേശ സ്ഥാപന നിക്ഷേപവും ഉറപ്പാക്കപ്പെടുമ്പോൾ അത്തരം മേഖലകൾ സ്വകാര്യവൽരിക്കപ്പെടുകയും റെയിൽ-വേ മേഖല

സേവനമേഖലയെന്ന നിലവിട്ട് കൊള്ളയടി കേന്ദ്രമായി തീരുകയുമാവും ഫലം. തുറമുഖ-ഖനി മേഖലകളിലേക്ക് നിയന്ത്രണമില്ലാത്ത വിദേശനിക്ഷേപം അനുവദിക്കപ്പെടുമ്പോൾ രാജ്യസുരക്ഷയുടേയും സ്ഥായിയായ വികസനത്തിന്റെയും, തലമുറകൾക്കായി കരുതി വെക്കേണ്ട രാജ്യസമ്പത്തിന്റെയും താല്പര്യങ്ങളും മൂല്യങ്ങളും ബലികഴിക്കപ്പെടും. അന്താരാഷ്ട്ര കള്ളക്കടത്ത്-ഖനി മാഫിയാ സംഘങ്ങൾക്ക് ഇന്ത്യൻ ചെലവിൽ അഴിഞ്ഞാടാൻ ഇത് വഴിയൊരുക്കും. റെയിൽവെ-ചരക്ക-യാത്രക്കൂലി വർദ്ധനവും ഇന്ധന വിലവർദ്ധനവും പാചകവാതക വിലവർദ്ധിപ്പിക്കാനുള്ള നീക്കവും എൻഡിഎ സർക്കാർ ആരുടെ പക്ഷത്താണെന്ന് ഇതിനകം തെളിയിച്ചു കഴിഞ്ഞു.

ചുരുക്കിപ്പറഞ്ഞാൽ 2014 ലെ ലോക്സഭാ തെരഞ്ഞെടുപ്പിലെ ജനവിധി ഏത് നയങ്ങൾക്കും ശക്തികൾക്കും താല്പര്യങ്ങൾക്കും എതിരാണോ, അതേ ദേശവിരുദ്ധ-ജനവിരുദ്ധ മാഫിയാ ശക്തികളെയാണ് പുതിയ എൻഡിഎ സർക്കാർ പ്രതിനിധീകരിക്കുന്നത് എന്നതാണ് ഇന്ത്യയുടെ ദുർവിധിയെന്ന് മോഡിയുടെ കുപ്രസിദ്ധമായ പത്തു മുൻഗണനകളും താക്കോൽസ്ഥാനീയരായ മന്ത്രിപുംഗവരുടെ പ്രമാണങ്ങളും വ്യക്തമാക്കുന്നത്.

ഇത്തരം നയങ്ങളെ തിരുത്തിക്കുന്ന ദേശാഭിമാന പ്രചോദനമായ പ്രക്ഷോഭങ്ങളാവും ഇനി ഇന്ത്യയുടെ ഭാഗധേയം നിർണ്ണയിക്കുക. സ്വാതന്ത്ര്യസമരത്തിലൂടെ രൂപം പൂണ്ട നമ്മുടെ രാഷ്ട്രത്തിനും ജനതയുടെ വളർച്ചയ്ക്കും അതല്ലാതെ മറ്റു പോംവഴികളില്ല.

(ഓറമാസിക 2014 ആഗസ്റ്റ്)

മോഡിയുടെ വികസനം: മാധ്യമങ്ങളിൽ തെളിയുന്നത്

2010 നവംബർ 13 ന തന്നെ സന്ദർശിച്ച നരേന്ദ്രമോഡിയെ ജസ്റ്റിസ് വി.ആർ.കൃഷ്ണയ്യർ സ്വീകരിച്ചത് മനുഷ്യസ്നേഹികളിലാകെ അസ്വസ്ഥത പടർത്തിയിരുന്നല്ലോ. ഗുജറാത്തിലെ വികസന കാര്യങ്ങളിലും അവിടെ ഗാന്ധിസ്മാരകം സ്ഥാപിക്കുന്നതിലുമായിരുന്നു അന്ന് കൃഷ്ണയ്യർ മോഡിയെ അഭിനന്ദിച്ചത്. എന്നാൽ അദ്ദേഹത്തെ ഉൾപ്പെടെ ഒട്ടേറെപ്പേരെ തെറ്റിദ്ധരിപ്പിക്കാൻകഴിഞ്ഞ 'മോഡി മോഡൽ വികസന'ത്തിന്റെ തനിനിറമെന്തെന്ന് വ്യക്തമാക്കുന്നതിൽ ഇന്ന് ഇന്ത്യയിലെ മാധ്യമങ്ങൾ ഒരു പരിധിയോളം വിജയിച്ചിട്ടുണ്ട്.

ഇന്ത്യയിൽ ഹിന്ദുരാഷ്ട്രത്തിന്റെ പ്രഥമപരീക്ഷണശാലയായ ഗുജറാത്തിലെ മോഡിഭരണത്തെ സംബന്ധിച്ച് ഒട്ടേറെ സത്യങ്ങൾ പതിയെയാണെങ്കിലും പുറത്തുവന്നു തുടങ്ങിയിരിക്കുന്നു എന്നത് ജനാധിപത്യശക്തികളെ സമ്പന്ധിച്ചിടത്തോളം സുപ്രധാനമായ കാര്യമാണ്.

ഗുജറാത്തിലെ വികസനത്തിന്റെ മറവിൽ അരങ്ങേറുന്ന നിയമവിരുദ്ധമായ അട്ടിമറി പ്രവർത്തനങ്ങളെ സംബന്ധിച്ച് മുംബൈയിലെ റിസേർച്ച് യൂണിറ്റ് ഓഫ് പൊളിറ്റിക്കൽ എക്കണോമി എന്ന കൂട്ടായ്മക്ക് നേതൃത്വം നൽകുന്ന രജനി എച്ച്. ദേശായി നിരവധി വിവരങ്ങൾ പുറത്തുകൊണ്ടു വന്നിട്ടുണ്ട്. (ASPECTS, 2011 ആഗസ്റ്റ്) ബംഗാളിൽ നിന്നും കുടിയൊഴിപ്പിക്കപ്പെട്ട നാനോ കാറിന്റെ ഉപജ്ഞാതാക്കളായ ടാറ്റയെ എങ്ങനെയാണ് നരേന്ദ്രമോഡിഭരണം സ്വീകരിച്ചാനയിച്ചതെന്നാണ്

പ്രസ്തുത പ്രസിദ്ധീകരണത്തിലൂടെ വെളിവാക്കുന്നത്. നാനോ കാർ ഗുജറാത്തിലേക്ക് പറിച്ചുനടാൻ വേണ്ടി 9750 കോടി രൂപയുടെ പ്രവർത്ത മൂലധനമാണ് തുച്ഛമായ 0.1 ശതമാനം പലിശയ്ക്ക് അനന്ത മായതെന്നു വിശേഷിപ്പിക്കാവുന്ന മുപ്പതു വർഷക്കാലത്തേക്ക് ടാറ്റാ കമ്പനിക്ക് മോഡി സർക്കാർ അനുവദിച്ചുകൊടുത്തത് എന്ന് രജനി എച്ച്. ദേശായിയുടെ പഠനം വ്യക്തമാക്കുന്നു. കൂടാതെ നാനോ കാർ വ്യവസായത്തിന് 60% സബ്സിഡിയും കനിഞ്ഞുനൽകി! ഇതോടൊപ്പം വ്യവസായം തുടങ്ങാനുള്ള പ്രാഥമികവും നിയമപരവുമായ നടപടിക്രമ ങ്ങളുടെ ഭാഗമായി ചുമത്തേണ്ട സ്റ്റാമ്പ്ഡ്യൂട്ടിയിൽ പോലും കനത്ത ഇളവനുവദിച്ചു എന്ന് ചൂണ്ടിക്കാണിക്കപ്പെടുന്നു. സ്വകാര്യവൽക്കരണ ത്തിന്റെയും ഉദാരവൽക്കരണത്തിന്റെയും അടിവേരുതലത്തിലുള്ള പ്രയോഗമാണിത്. ഇത്തരം നഗ്നവും നീചവും ഭരണഘടനാ വിരുദ്ധ മായ സാമ്പത്തിക കുറ്റകൃത്യത്തിലേർപ്പെട്ട ബി.ജെ.പിയുടെ ഗുജറാത്ത് രാജിനെയാണ് ഇപ്പോഴും ചിലർ കൊണ്ടാടിവരുന്നത്.

ആഗോളതാപനത്തിന് നാനോ നൽകാൻ പോകുന്ന സംഭാവനക ളും ഇതു സൃഷ്ടിക്കുന്ന ഗതാഗതക്കുരുക്കും ഉപഭോക്തൃഭ്രാന്തും വ്യക്തിസൗ കര്യമാത്രമായ സംസ്കാരവും കൂടി മേൽസൂചിപ്പിച്ച വിവരങ്ങളുമായി കൂട്ടിവായിക്കുമ്പോൾ എത്രമേൽ വിനാശകരമായൊരു വികസനമാതൃക യാണ് മോഡിയുടേത് എന്നാണ് തെളിഞ്ഞുവരുന്നത്. തീർന്നില്ല; ഗുജറാ ത്തിലെ കുപ്രസിദ്ധമായ ഏറ്റുമുട്ടൽ കൊലപാതകങ്ങളെ സംബന്ധിച്ച് മുഹമ്മദ് ഫക്രുദീൻ അലി ദേശാഭിമാനി പത്രത്തിൽ(2011 ഡിസംബർ 2) എഴുതിയ ലേഖനം മുതലാളിത്തത്തിന്റെ മനുഷ്യത്വരഹിതമായ ഉള്ള ടക്കങ്ങളെ അനാവരണം ചെയ്യുന്നു. ഗുജറാത്ത് സർക്കാറിനെതിരെ ഇരകളും, മനുഷ്യാവകാശ പ്രവർത്തകരും, ജനകീയ ഉദ്യോഗസ്ഥരുമെ ല്ലാം നിർവഹിച്ചുകൊണ്ടിരിക്കുന്ന ത്യാഗനിർഭരമായ പോരാട്ടത്തിന്റെ നേർചിത്രമാണ് ഈ ലേഖനത്തിൽ അനാവൃതമാകുന്നത്.

മേൽസൂചിപ്പിച്ച വിവരങ്ങളോട് സമാനമായ ഒരു സത്യം 2011 ആഗസ്റ്റ് 31 ന്റെ മലയാളമനോരമ കാഴ്ചപ്പാട് പേജും പങ്കുവെക്കുന്നു ണ്ട്. 'വിവരം തിരഞ്ഞാൽ കൊല്ലാൻ മാഫിയ' എന്ന പേരിൽ സ്വന്തം ലേഖകൻ എഴുതിയ ലേഖനത്തിൽ ഗുജറാത്തിലെ അമിത് ജത്വ എന്നു പേരായ ഒരു പൗരാവകാശ പ്രവർത്തകന്റെ കൊലപാതകത്തെപ്പറ്റി എഴുതുന്നു. ഗുജറാത്തിലെ പ്രസിദ്ധമായ ഗീർവനങ്ങൾക്കു സമീപം നടക്കു ന്ന ഖനനം നിയവിരുദ്ധമാണെന്നു ചൂണ്ടിക്കാട്ടി ഹൈക്കോടതിയിൽ പൊതുതാല്പര്യ ഹർജി നൽകുകയും, ബി.ജെ.പി എം.പിയായ ധിനുഭായി സോളങ്കിയുടെ അനധികൃത ഖനന ഇടപാടുകൾ വിവരാവകാശ നിയമം

മുഖന വെളിച്ചത്തു കൊണ്ടുവരികയും ചെയ്ത വ്യക്തിത്വമായിരുന്ന അമിത് ജെത്വ, 2010 ജൂലൈ 20 ന് അഹമ്മദാബാദ് ഹൈക്കോടതിക്കു മുമ്പിൽ വെച്ച് കൊലചെയ്യപ്പെട്ടു. ധിനുഭായ് സോളങ്കി തന്റെ മകനെ ഭീഷണിപ്പെടുത്തിയതായി അമിതിന്റെ പിതാവ് ആരോപിച്ചിട്ടുണ്ട്. ഇക്കാര്യം പാർലമെന്റിൽ ഉയർത്തപ്പെട്ടോ എന്നറിയില്ല. (വിശദാംശങ്ങൾക്ക് 2012 ജൂൺ ലക്കം ഭാഷാപോഷിണി വായിക്കുക).

നഗ്നമായ അധികാര ദുർവിനിയോഗത്തിലൂടെ വൻകിട വ്യവസായ ഭീമന്മാർക്ക് സ്നേഹാദരങ്ങൾ ചോരിഞ്ഞ്, അവരും മറ്റു നികൃഷ്ടജന്മങ്ങളും നടത്തുന്ന പ്രകൃതി വിഭവക്കൊള്ളയുടെ പൊട്ടും പൊടിയും ആഹരിച്ചു ജീവിക്കുന്ന പരാദപ്രമുഖന്മാർ മാത്രമാണ് നരേന്ദ്രമോഡിയുടെ നേതൃത്വത്തിലുള്ള ഗുജറാത്തിലെ ബി.ജെ.പി സർക്കാരെന്ന് അനുദിനം പകൽ വെളിച്ചം പോലെ തെളിഞ്ഞുകൊണ്ടിരിക്കുകയാണ്. കൊട്ടിഘോഷിക്കപ്പെട്ട മോഡി വികസനത്തിന്റെ ഇതിനകം പുറത്തുവന്ന വിവരങ്ങൾ പോലും മഞ്ഞുമലയുടെ മുകളറ്റം മാത്രമാണെന്ന് ഒരുജനാധിപത്യ മനസ്സിന് ന്യായമായും ഊഹിക്കാവുന്നതാണ്. അല്പാല്പമായി മാത്രം ലഭ്യമാകുന്ന ഇത്തരം വിവരങ്ങൾ ഏകോപിപ്പിച്ചു കോണ്ട് ഫാസിസ്റ്റ് ഭരണത്തിനെതിരായ രാഷ്ട്രീയ സമരായുധമായി വികസിപ്പിക്കാൻ അമാന്തിച്ചുകൂടാ. ഇരുപത്തിനാലു മണിക്കൂറിൽപരം വംശഹത്യക്ക് കാവൽ നിന്ന ശക്തികളെ ഈ മണ്ണിലടക്കം ചെയ്യാൻ ഇത് അത്യാവശ്യമാണ്.

(ഓറ മാസിക 2012 സപ്തംബർ)

അന്യഗ്രഹജീവിതം: പി. വത്സല മുതൽ മഞ്ജുവാര്യർ വരെ

മലയാളത്തിന്റെ പ്രിയപ്പെട്ട കഥാകാരി പി.വത്സല ഇപ്പോൾ പത്രപാരായണവും ദൃശ്യ-ശ്രാവ്യ മാധ്യമാനുഭവങ്ങളുമൊക്കെ വേണ്ടെന്നുവച്ചിരിക്കാനാണ സാധ്യത. ഇല്ലെങ്കിൽ നൊമ്പരപ്പെടുത്തുന്നതും അസഹനീയവുമായ അനുഭവങ്ങൾക്കിടയിലിരുന്ന് മോഡീസ്തുതി രചിക്കാൻ അവർക്കാവുകയില്ല. 2016 സെപ്തംബർ 22ന് മാതൃഭൂമി പത്രത്തിൽ അവരെഴുതിയ കുറിപ്പ് പ്രാഥമിക രാജ്യവിചാരം നടത്തുന്ന ഒരു മനസ്സിന് പോലും മുറിപ്പാടുണ്ടാക്കുന്നതാണ്.

'ഗാന്ധിമാർഗം പിന്തുടരുന്ന നരേന്ദ്രമോഡിയുടെ തീക്ഷ്ണമായ ജനാധിപത്യ ബോധത്താൽ' കണ്ണു മഞ്ഞളിച്ചിരിക്കുകയാണത്രേ വത്സല ടീച്ചർ. 2002 ലെ ഗുജറാത്ത് വംശഹത്യയ്ക്ക് തന്റെ കീഴിലുള്ള പോലീസ് സംവിധാനത്തെയാകെ കാവൽ നിർത്തിച്ച ലഭിച്ച കഴുകൻ തൂവലുകളാണ് മോഡിയുടെ കിരീടത്തെ അലങ്കരിച്ചത്. അതിൽ ഇന്നും പശ്ചാത്താപമില്ലാത്ത മോഡിയിലെ ഫാസിസ്റ്റിനെ കാണാൻ പി.വത്സലയെപ്പോലൊരാൾക്ക് സാധ്യമാകാതെ പോകുന്നത് അവർ തീരുമാനിച്ചുറപ്പിച്ച നിലപാടുതറകൊണ്ടു തന്നെയാണെന്നാണ് മാതൃഭൂമിയിലെ കുറിപ്പു വായിച്ചാൽ വ്യക്തമാവുക. 'മെയ്ക്ക് ഇന്ത്യ എന്ന മുദ്രാവാക്യമുയർത്താൻ കറകളഞ്ഞ ജനാധിപത്യവാദിക്കു മാത്രമേ കഴിയൂ' എന്ന പി.വത്സലയുടെ അഭിപ്രായത്തിന്റെ ശൈശവം അമ്പരപ്പിക്കുന്നതാണ്. ഇന്ത്യൻ

ഭരണഘടനയ്ക്ക് 'സോഷ്യലിസ്റ്റ്' അനുബന്ധം ചേർക്കുന്നത് അടിയന്തരാവസ്ഥക്കാലത്താണെന്നെങ്കിലും ഓർത്തിരുന്നെങ്കിൽ ഫാൻസുകാരുടെ പരിമിതിയിലേയ്ക്ക് അവർ എത്തിപ്പെട്ടുമായിരുന്നില്ല.

[illegible] [illegible] [illegible]ർന്നു നിൽക്കുന്ന ചിത്രം കണ്ട് കോരിത്തരിച്ചു നിൽക്കുന്ന വത്സലടീച്ചർ, മുഖ്യമായും ഹിന്ദുവർഗ്ഗീയ വാദികളാൽ രാമജന്മഭൂമി സമരകാലത്തു മുതലിങ്ങോട്ട് കശാപ്പ ചെയ്യപ്പെട്ടവരുടെ അമ്മമാരുടെയും അനുഭവം ഓർക്കണമായിരുന്നു. ആ അമ്മമാർക്കു വേണ്ടി ഏതു ശുശ്രൂഷയും സ്വാസ്ഥ്യവുമാണ് ടീച്ചർക്ക് ദത്തെടുത്തു നൽകാനാവുക? 'വിജയകരമായി ആഗോളശക്തികളുടെ തലസ്ഥാനങ്ങളിലെത്തി രാഷ്ട്രീയ സൗഹൃദം സ്ഥാപിക്കുകയും' 'പഞ്ചശീലതത്ത്വങ്ങൾ പിന്തുടരുകയും ചെയ്യുന്ന'-തുമാണത്രേ മോഡിയിൽ വത്സല ടീച്ചർ ദർശിക്കുന്ന വിദേശനയം. എന്നാൽ ചേരിചേരായ്മയെ തള്ളിക്കളയുന്നതും നാശോന്മുഖമായ വ്യാപാരബന്ധങ്ങളെ സാർവത്രികമാക്കുന്നതും സൈനികകാര്യങ്ങളിലടക്കം അമേരിക്കൻ ശിങ്കിടിയാവുന്നതുമായ വിദേശനയമാണ് ബിജെപി സർക്കാരിന്റേത് എന്നതാണു യാഥാർത്ഥ്യം. പ്രതിരോധ-ഔഷധനിർമ്മാണ മേഖലയിലടക്കം പരിപൂർണ്ണ വിദേശപങ്കാളിത്തം നടപ്പാവുമ്പോൾ സ്വതന്ത്രരാജ്യമെന്ന നിലയിലുള്ള നമ്മുടെ സ്ഥിതി തന്നെ അപ്രസക്തമാവുകയും ജനകോടികൾ രോഗാതുരരായി നരകയാതനകളിലേക്ക് വലിച്ചെറിയപ്പെടുകയുമാവാം ഫലം.

സംഘപരിവാറിനെ പുരസ്ക്കരിക്കാൻ ഗവേഷണം നടത്തുന്ന വത്സലടീച്ചർ 'കാവിയെ മണ്ണിന്റെ നിറം' തന്നെയാക്കി നിർവചിച്ചതും കണ്ടു. കേരളത്തിന്റെ മാത്രം മണ്ണിന്റെ വർണ വൈവിധ്യങ്ങളിലേക്കു കണ്ണോടിച്ചാൽ മതി ഈ വാദത്തിന്റെ പരിഹാസ്യത വ്യക്തമാവാൻ. മോഡിമാർഗ്ഗം ഗാന്ധിമാർഗ്ഗം തന്നെയാണെന്നു പ്രചരിപ്പിക്കാൻ പാടുപെടുന്ന കഥാകാരി, 2016 ജനുവരി 30 ന് ഹിന്ദു മഹാസഭക്കാർ ഗാന്ധിവധത്തിൽ ആഹ്ലാദിച്ച് മധുരപലഹാരം വിതരണം ചെയ്തതും ഈ രാജ്യദ്രോഹപ്രവർത്തനത്തിൽ തന്റെ വത്സലഗുരുവായ മോഡി മൗനം പാലിച്ചതും അറിയില്ലെന്നുണ്ടോ? വത്സലടീച്ചറുടെ ലേഖനത്തിനു ശേഷം ഒക്ടോബർ രണ്ടിന് ഗാന്ധിജയന്തി ദിനത്തിൽ മീറ്ററിലെ ഹിന്ദുസഭാ ആസ്ഥാനത്ത് ഗോഡ്സെ പ്രതിമയിൽ മാലചാർത്തി ആ ദിനം വികൃതമാക്കിയതും അതിന് വേട്ടക്കാരനെപ്പോലെ മോഡി പിന്തുണ നൽകുന്നതും അറിയില്ലേ? കേരളത്തിലെ ഒരു സംഘവിചാരകൻ ആർഎസ്എസ്സിന്റെ പ്രസിദ്ധീകരമായ കേസരിയിൽ ഗാന്ധിയോ നെഹ്റുവോ വധാർഹൻ എന്ന് ഗവേഷണ ചതുരനായത് എന്തിന്റെ പേരിലാണ് മറക്കേണ്ടത് എന്നു പറഞ്ഞു തരാൻ വത്സലടീച്ചർ ബാദ്ധ്യസ്ഥയാണ്.

‘സൗജന്യങ്ങൾ വർദ്ധിപ്പിക്കുന്നത് ജനങ്ങളെ കർമവിമുഖരാക്കു’മെന്ന് എഴുതുന്ന പി.വത്സല ക്ഷേമപദ്ധതികൾ അവസാനിപ്പിക്കാനുഴറുന്ന പുത്തൻ സാമ്പത്തിക നയത്തിന്റെ കുഴലൂത്തുകാരിയായി മാറിത്തീരുന്നത് അറിയുന്നുണ്ടോ ആവോ? പെൻഷനടക്കമുള്ളവ ഔദാര്യമാണെന്ന ആഗോളവല്ക്കരണ മേധാവികളുടെ പുച്ഛത്തിന്റെ ബ്രാൻഡ് അംബാസിഡറായിത്തീരുകയാണോ അവർ.

ഓടുന്ന തോണിക്കൊരുന്ത് എന്ന മട്ടിൽ പണിമുടക്കിനു നേരെയും അധിക്ഷേപം ചൊരിയാൻ വത്സല ടീച്ചർ മറന്നിട്ടില്ലെന്ന് അവരുടെ മാതൃഭൂമിക്കുറിപ്പ് വായിച്ചാൽ അറിയാം. എല്ലാ തൊഴിൽ നിയമങ്ങളും തകർത്ത് തൊഴിലാളികളെ കേവലം കൂലിയടിമകളാക്കുന്ന കേന്ദ്ര സർക്കാർ നിയമത്തിനെതിരെയാണ് ട്രേഡ് യൂണിയൻ ഐക്യവേദി പണിമുടക്കിയത്. തന്ത്ര പ്രധാന മേഖലകളെയൊന്നാകെ സാമ്രാജ്യത്വശക്തികൾക്കടിയറ വെച്ച് അവരുടെ സാമന്തന്മാരാകുന്ന മോഡി സർക്കാരിന്റെ രാജ്യദ്രോഹനയങ്ങൾക്കെതിരെയായിരുന്നു അത്. 18 കോടിയോളം വരുന്ന തൊഴിലാളികളാണ് പണിമുടക്കിൽ അണിനിരന്നത്. അതായത് ജനകോടികളുടെ ജീവിതം നിത്യസ്തംഭനത്തിലേക്കു നയിക്കുന്നതും (അതാണ് യഥാർത്ഥത്തിലുള്ള പണിമുടക്കിക്കൽ) രാജ്യത്തിന്റെ നിലനിൽപ്പ് അപകടത്തിലാക്കുന്നതുമായ നയങ്ങൾക്കെതിരെയാണ് പണിമുടക്കു നടന്നത്. ടെക്സ്റ്റൈയിൽ മേഖലയിലെ സ്ത്രീത്തൊഴിലാളികൾക്ക് അഞ്ചുമിനിട്ട് ഇരിക്കാനും, മൂത്രമൊഴിക്കാനുമുള്ള സാവകാശത്തിനു വേണ്ടിപ്പോലും സമരം ചെയ്യേണ്ടിവരുന്ന (തൊഴിലുടമകളുടെ മനുഷ്യത്വാഹിത്വരാഹിത്യത്തിനെതിരെ കോഴിക്കോട്ടു നടന്ന ഇരിക്കൽ സമരം ഓർക്കുക) ദുരവസ്ഥ ഇന്നും നിലനിൽക്കെയാണ് പണിമുടക്കിനെതിരെ വത്സല ടീച്ചറുടെ വാളോങ്ങൽ!

സംഘപരിവാറുകാർ സ്വയം വെള്ളപൂശാൻ വേണ്ടിയുപയോഗിക്കുന്ന വാദമുഖങ്ങൾ വള്ളിപുള്ളി തെറ്റാതെ ആവർത്തിക്കുകയാണ് വത്സല ടീച്ചർ ‘മാതൃഭൂമി’യിലെ മോഡിസ്തുതിയിൽ ചെയ്തത്. അതിന്റെ അസംബന്ധം അവരെപ്പോലുള്ള ഒരു തലമുതിർന്ന എഴുത്തുകാരി വൈകിയാണെങ്കിലും തിരിച്ചറിയേണ്ടതാണ്. എന്നാൽ ആലോചിച്ചുറപ്പിച്ച അധർമ്മത്തിന്റെ ഇരിപ്പിടത്തിലാണ് അവർ ഇരിക്കാനാഗ്രഹിക്കുന്നതെങ്കിൽ അവരുടെ മുൻകാല രചനകളുടെ പേരിൽ യാതൊരിളവും വിമർശനത്തിൽ അവർ അർഹിക്കുന്നില്ലെന്നു പറയേണ്ടി വരും.

പഴയ രാജസദസ്സിലെന്ന പോലെ മോഡിക്കു മുമ്പിൽ ആടിത്തിമർക്കാൻ മലയാളത്തിന്റെ പ്രിയപ്പെട്ട നടി മഞ്ജുവാര്യർ ചിലങ്കയണിയുമ്പൾ നൂറ്റാണ്ടുകൾക്കപ്പുറത്തേക്ക് പരക്കംപായുകയാണ് അവർ

ചെയ്യുന്നത്. ചേതന തീർത്ഥഹള്ളി, ഗിരീഷ് കർണാട്, ഷാരൂഖ് ഖാൻ, അമീർഖാൻ തുടങ്ങിയ കലാകാരന്മാർക്കെതിരെ സമീപകാലത്ത് സംഘപരിവാർ ഉയർത്തിയ ഭീഷണികൾ മനസ്സിലാക്കാൻ കഴിയാതെ പോകുന്നത് മഞ്ജുവാര്യരുടെ ദയനീയമായ പരിമിതിയാണ്. കേരളത്തിൽ 2016 മെയിൽ പുതിയ സർക്കാർ അധികാരമേറ്റപ്പോൾ 'മിന്നൽപ്പിണർ വിപത്തുകൾക്ക് വെള്ളിടിയും ഞങ്ങൾക്ക വെളിച്ചവുമാവട്ടെ' എന്നു പിണറായി വിജയന് ഫെയ്സ്ബുക്കിൽ മഞ്ജു വാര്യർ നൽകിയ അനുമോദനം ജിഷവധത്തിൽ വെന്തുപോയ മുഴുവൻ പെൺമനസ്സിന്റെയും വിറയലുകൾക്ക് ആശ്വാസം കൈവരുമെന്ന പ്രത്യാശയായിരുന്നു. എന്നാൽ ആർ.എസ്.എസ് പ്രചാരകനായ നരേന്ദ്രമോഡിയുടെ ഭരണത്തിൻ കീഴിൽ ഇക്കഴിഞ്ഞ ആഗസ്റ്റ് മാസത്തിൽ സംഘപരിവാർ പിശാചുക്കൾ പശുവിന്റെ പേരിൽ ഹരിയാനയിൽ ന്യൂനപക്ഷ വിഭാഗത്തിൽപ്പെട്ട സ്ത്രീകളെ ബലാൽസംഗം ചെയ്തതും, ഗുജറാത്ത് വംശഹത്യകാലത്ത് കൂട്ടബലാൽസംഗങ്ങളിലൂടെ അവരെ നശിപ്പിക്കാൻ ഒരുമ്പെട്ടിറങ്ങിയതും മറന്നു പോകരുത്. പ്രസ്തുത തെമ്മാടികൾക്കെതിരെ എന്തെങ്കിലും നടപടിയെടുക്കാൻ മോഡി നിർദ്ദേശിച്ചിട്ടേയില്ല എന്നോർക്കുമ്പോഴാണ് മോഡിയുടെ മൗനം മന്ദബുദ്ധിയുടേതല്ല, വേട്ടക്കാരന്റേതാണ് എന്ന് വ്യക്തമാവുക. ഇതൊന്നും തിരിച്ചറിയാത്ത മഞ്ജുവാര്യരുടെ കൊട്ടാരം നർത്തകി വേഷം പാപ്പരത്തത്തിന്റെ അങ്ങേയറ്റമാണ്.

ജനങ്ങളുടെ സ്നേഹവാത്സല്യങ്ങളുടെ സ്വർഗഭവനത്തിൽ താമസിക്കുന്നവരും മതേതര-മാനവികമൂല്യങ്ങളാൽ ജനതയെ നയിക്കുന്നവരുമായ എഴുത്തുകാർക്കും കലാകാരന്മാർക്കും പരീക്ഷണഘട്ടങ്ങളിൽ കാലിടറാതിരിക്കാനുള്ള ബാദ്ധ്യതകൂടിയുണ്ട്. തിന്മയെ തിന്മയെന്നു തന്നെ വിളിച്ചുപറയാനുള്ള ധീരത പ്രകടമാക്കിക്കൊണ്ട് ജനതയുടെ പുരോയാനത്തോടൊപ്പം ചുവടുവെക്കാൻ അവർ തയ്യാറാവുന്നില്ലെങ്കിൽ ഭീരുത്വത്തിന്റെ ഇരുണ്ട സ്ഥലങ്ങളിലേക്ക് സ്വയം പറിച്ചുനീക്കപ്പെട്ട് നശിക്കുകയായിരിക്കും ഫലം. ഈ ചരിത്രപാഠം അന്യഗ്രഹവാസികളും അന്യഗ്രഹവാസം നടിക്കുന്നവരും മറന്നു പോകരുത്. മതേതരത്വം തകരുന്ന സമൂഹത്തിൽ ആത്മാവില്ലാത്ത ശരീരവുമായി കാലം തള്ളിനീക്കാൻ നിർബന്ധിതരാവുന്ന ജനങ്ങൾ ലോകത്തെ പല തുരുത്തുകളിലുമുണ്ട്. ഇന്ത്യയിലും ഉയരുന്ന, തുടരുന്ന അപശബ്ദങ്ങൾ അതിന്റേതു തന്നെയാണെന്നു തിരിച്ചറിയാൻ എഴുത്തുകാരും കലാകാരന്മാരും പ്രാഥമികമായി സജ്ജരാവേണ്ടതുണ്ട്. പുരോഗമന-ദേശാഭിമാന-മതേതര-ജനാധിപത്യ കൊടിക്കൂറ

വാനോളമുയർത്തിപ്പിടിച്ചുകൊണ്ട് നാടിനെ കാക്കുന്നവർക്കു മാത്രമേ വൈദേശിക മേധാവിത്വത്തിൽ നിന്നും ഇന്ത്യൻ ജനതയെ മോചിപ്പിച്ചവർ കൈമാറിത്തന്ന ദീപശിഖ അണയാതെ കാത്തു സൂക്ഷിക്കാനാവൂ.

(ഓറ മാസിക 2016 നവംബർ)

അടുത്ത തെരഞ്ഞെടുപ്പിനുള്ള ഒരുക്കങ്ങൾ സ്വാമി തുടങ്ങി

തൊണ്ണൂറുകളിൽ ഡൽഹിയിൽ ഒരു ഗണപതിവിഗ്രഹം പാലുകുടിച്ചതായ പെരുംനുണ ആ.ർ.എസ്.എസും അവരുടെ വൈതാളികരായ മാധ്യമവണിക്കുളും ചേർന്ന് പ്രചരിപ്പിച്ച് ശ്രദ്ധാത്മാക്കളെ വഞ്ചിച്ചപ്പോൾ അന്ന് അതിനെതിരെ പ്രസിദ്ധീകരിക്കപ്പെട്ട ഒരു കാർട്ടൂണിന്റെ അടിക്കുറിപ്പ് ഇങ്ങനെയായിരുന്നു: 'അടുത്ത തെരഞ്ഞെടുപ്പിനുള്ള ഒരുക്കങ്ങൾ സ്വാമി തുടങ്ങി'. ഇന്ന് അന്യമത വിദ്വേഷത്തിന്റെ ആൾരൂപമായ നരേന്ദ്രമോഡിയെ, 'ജാതിഭേദം മതദ്വേഷം ഏതുമില്ലാതെ സർവ്വരും സോദരത്വേന വാഴുന്ന' ഒരു ജനതയ്ക്കു വേണ്ടി പ്രബോധനം നടത്തിയ ശ്രീ നാരായണഗുരു അന്ത്യ വിശ്രമം കൊള്ളുന്ന ശിവഗിരിയിലേക്ക് പെരുമ്പറ മുഴക്കി കെട്ടിയെഴുന്നെള്ളിക്കുമ്പോൾ പ്രസ്തുത കാർട്ടൂണിന്റെ സത്തയ്ക്ക് സമകാലിക സാക്ഷ്യം കൈവരുകയാണ്.

മഹോന്നതമായ വ്രതശുദ്ധി തീവ്രതയോടെ, ഒന്നുചേർന്ന് ഉദാത്തമായ സംവാദങ്ങൾ നടത്തി, അതിലെ സന്ദേശങ്ങളുമായി സ്വദേശങ്ങളിലേക്കു മടങ്ങി, അവിടങ്ങളിൽ പ്രകാശം പരത്താൻ പ്രചോദിപ്പിക്കുന്ന ശിവഗിരി തീർത്ഥാടനത്തെ മോഡിയെപ്പോലൊരാളിന്റെ സാന്നിദ്ധ്യം വഴി മലീമസമാക്കുകയാണ് ശിവഗിരിയെ കാൽക്കീലാക്കാൻ

ശ്രമിക്കുന്നവർ ചെയ്തത്. ഈ കുറ്റകൃത്യം മാപ്പർഹിക്കാത്തതാണെന്ന് പുരോഗമന-ജനാധിപത്യ സമൂഹം ഇതിനകം വിധിയെഴുതിക്കഴിഞ്ഞിട്ടുണ്ട്.

2002 ലെ ഗോധ്രാ ട്രെയിൻ ദുരന്തത്തിൽ കർസേവകർ കൊല്ലപ്പെട്ടപ്പോൾ അത് സുവർണാവസരമാക്കി ഗുജറാത്തിൽ ആർ.എസ്.എസ്സിന്റെ നേതൃത്വത്തിൽ മുസ്ലീംവിരുദ്ധ ലഹള ആരംഭിച്ചു. ഈ സന്ദർഭത്തിൽ ഹിന്ദുക്കളുടെ ഉണർവിനെ തടയാൻ ഒരു നടപടിയുമെടുക്കരുതെന്ന് തന്റെ കീഴിലുള്ള പോലീസ് സേനക്ക് കല്ലിനെ പിളർക്കുന്ന ആജ്ഞ നല്കിക്കൊണ്ട്, ഇരുപത്തിനാലു മണിക്കൂറിൽപ്പരം വംശഹത്യക്കു കാവൽനിന്നുകൊടുത്ത അധമവും പാപപങ്കിലവുമായ ചരിത്രമാണ് അന്നത്തെ ഗുജറാത്ത് മുഖ്യമന്ത്രിയായിരുന്ന നരേന്ദ്രമോഡിക്കുള്ളത്. പൗരന്മാരുടെ ജീവനും സ്വത്തിനും സംരക്ഷണം നല്കുക എന്ന പ്രാഥമിക ഭരണകൂട കർത്തവ്യം നിർവഹിക്കാതെ ഇന്ത്യൻ ജനാധിപത്യമനസ്സിൽ നിന്ന് തുടച്ചു നീക്കപ്പെട്ട നാമധേയമാണ് അദ്ദേഹത്തിന്റേത്. ഇത്തരമൊരു നാലാംകിട ക്രിമിനലിനെയാണ് അക്രമാനന്ദന്മാർ ചേർന്ന് ശിവഗിരിയുടെ പവിത്രമായ മണ്ണിലേക്കുകൊണ്ടുചെല്ലുന്നത്.

മോഡിയെ ശിവഗിരിയിലേക്കെഴുന്നെള്ളിക്കുന്ന രാഷ്ട്രീയപശ്ചാത്തലം സശ്രദ്ധം പരിശോധിക്കുമ്പോഴാണ് പ്രശസ്ത അന്ധകാരാനന്ദൻമാർ ഏതു നികൃഷ്ട ലക്ഷ്യത്തിന്റെ കരുവായിതീരുന്നുവെന്ന സത്യം വെളിവാക്കുന്നത്. 2 ജി സ്പെക്ട്രം, കൽക്കരിപ്പാടം, ആദർശ്ഫ്ളാറ്റ്, ടെലികോം, കോമൺവെൽത്ത് അഴിമതികളിലൂടെയും, ജനക്ഷേമകരമായ എല്ലാം സംവിധാനങ്ങളെയും തകർക്കുന്നതിലൂടെയും ജനങ്ങളിൽ നിന്നൊറ്റപ്പെട്ട രാജ്യദ്രോഹികളുടെ കൂടാരമായിത്തീർന്ന കോൺഗ്രസ് നിയന്ത്രിത യുപിഎ ഭരണത്തിൽനിന്നും മുക്തരാകാൻ ഇന്ത്യൻ ജനമനസ്സ് വെമ്പൽ കൊള്ളുന്ന സാഹചര്യമാണിത്. റെയിൽവെ കുംഭകോണവും, കൽക്കരിപ്പാടം അഴിമതിയെ സംബന്ധിച്ച് അന്വേഷിക്കുന്ന സി.ബി.ഐയെ ഭരണകൂടത്തിന്റെ ചുരുക്കെഴുത്തുകാരാക്കാൻ പ്രധാനമന്ത്രിയുടെ ഓഫീസും, കേന്ദ്ര നിയമമന്ത്രിയും, അറ്റോർണിജനറലും ഏർപ്പെട്ട നിയവിരുദ്ധ ഇടപാടുകളും അത് കേന്ദ്രനിയമമന്ത്രിയുടെയും റെയിൽവെ മന്ത്രിയുടെയും രാജിയിൽ ചെന്നെത്തി നിൽക്കുന്ന ഏറ്റവും പുതിയ വാർത്തകളും ചേർന്ന് ഒരു ഇടക്കാല തെരെഞ്ഞെടുപ്പിന്റെ അന്തരീക്ഷത്തിലേക്ക് രാജ്യത്തെ എത്തിച്ചിട്ടുമുണ്ട്. സ്വാഭാവികമായും ഇടതുപക്ഷാഭിമുഖവും ദേശസ്നേഹപരവുമായ ഒരു ഭരണമാറ്റം ഇന്ത്യൻജനത അഭിലഷിച്ചു തുടങ്ങിയിട്ടുണ്ട്. എന്നാൽ സാമ്രാജ്യത്വശക്തികളാലും കോർപ്പറേറ്റ്ഭീമന്മാരാലും നിയന്ത്രിക്കപ്പെടുന്ന ഇന്ത്യൻ

ഭരണകൂടത്തെ അതേ ചാലുകളിലൂടെത്തന്നെ ചലിപ്പിക്കാനുതകുന്ന ഒരുചെപ്പടി വിദ്യയിലൂടെ ബിജെപി എന്ന കോൺഗ്രസിന്റെ ബി-ടീമിനെ അധികാരത്തിലേറ്റുക, അതിനായി വികസനത്തിന്റെ വ്യാജവിഗ്രഹ മായ നരേന്ദ്രമോഡിയെ പ്രധാനമന്ത്രി സ്ഥാനാർത്ഥിയായി അവത രിപ്പിക്കുക എന്നതാണ് ഇന്ത്യൻ വലതുപക്ഷത്തിന്റെ പരിശ്രമം. ഈക്രൂരകൃത്യത്തിന് ശ്രീ നാരായണ ഗുരുവിന്റെ പ്രബോധനങ്ങളുടെ പ്രകാശധാരയാൽ സ്വാധീനിക്കപ്പെടുന്ന കേരളീയ സമൂഹത്തെ മാറ്റിയെടുക്കാമെന്ന വ്യാമോഹവുമായാണ് ശിവഗിരിയിലെ ചിലഹിം സ്രാന്തന്മാരും ഏവരുടെ യഥാർത്ഥ പ്രായോജകരായ സംഘപരിവാറും ചേർന്ന് മോഡിയെ ഇവിടേക്ക് എഴുന്നെള്ളിച്ചത്.

നരേന്ദ്രമോഡിയുടെ നരഭോജിമുഖം മറച്ചുവെക്കാൻ വേണ്ടി 'മോഡീ വികസന'ത്തിന്റെ വായ്ത്താരികളാണ് മുഴക്കുന്നതെങ്കിലും ഒട്ടനവധി സർവേകളിലൂടെയും കേന്ദ്രസർക്കാറിന്റെ തന്നെ വികസന സൂചിക കളുടെ അടിസ്ഥാനത്തിൽ നടത്തിയ സൂചനകളിലൂടെയും സ്വതന്ത്ര പഠനങ്ങളിലൂടെയും മോഡിത്തത്തിന്റെ തനിനിറം ഇതിനകം ഒരള വോളമെങ്കിലും അനാവൃതമായിട്ടുണ്ട്. കോർപ്പറേറ്റുകളുടെ നികുതിയും പിഴകളും ഇളവു ചെയ്തുകൊടുത്തതും, നാനോകാർ വിഷയത്തിൽ കണ്ടതുപോലെ കുത്തകകൾക്ക് പ്രവർത്തന മൂലധനം പോലുമനു വദിച്ചും മുതലാളിത്തിന്റെ ഓമനയായിതീർന്ന മോഡി ഭരണത്തിനു കീഴിൽ ദാരിദ്ര്യവും, കർഷക ആത്മഹത്യയും, ശൈശവവിവാഹവും, ശിശുമരണനിരക്കും പെരുകയാണെന്നും ആയുർദൈർഘ്യമടക്കം താഴുകയാണെന്നും പ്രസ്തുത വെളിപ്പെടുത്തലുകളിൽ നിന്നു വ്യക്തമാണ്. ഇതിൽ നിന്നും ലഭിക്കുന്ന പാഠം മോഡിയുടെ നരഭോജിമുഖം മൂടിവെ ക്കാൻ വേണ്ടി എടുത്തണിയിച്ച വികസനത്തിന്റെ മുഖംമൂടികൾ പോലും വ്യാജമാണെന്നാണ്.

രാജ്യത്തെമ്പാടും ജനവിരുദ്ധ വികസന നയങ്ങൾക്കെതിരെ പടപൊരുതുകയും, വിവരാവകാശം ആയുധമാക്കിയും മനുഷ്യാവകാ ശമുയർത്തിപ്പിടിച്ചും നിലകൊള്ളുകയും ചെയ്യുന്ന പതിനായിരങ്ങളുണ്ട്. തൊഴിലാളി-കർഷക ഐക്യത്തോടൊപ്പം ഇത്തരം വിശാല ജനവി ഭാഗങ്ങളെക്കൂടി ചേർത്തുകൊണ്ടുള്ള ഒരു പടുകൂറ്റൻ ഐക്യമുന്നണിക്ക് ഇടതുപക്ഷ പാർട്ടികൾ മുൻകൈയെടുക്കണം. അരുന്ധതി റോയി ചൂണ്ടികാണിച്ചതുപോലെ, ഉത്തരേന്ത്യയിലും മധ്യേന്ത്യയിലുമൊക്കെ വിനാശകരമായ വികസനപദ്ധതികൾക്കെതിരെ സമരം ചെയ്യുന്നവരെ രാജ്യദ്രോഹ വകുപ്പുകൾ ഉപയോഗിച്ചുകൊണ്ട് നേരിടുകയാണ്. അവരെ ക്കൂടി ചേർത്തുപിടിക്കാൻ ഇടതുപക്ഷത്തിനാവണം.

ഇത്തരം വികസനത്തിന് ചുവപ്പുകൊടി കാണിച്ചുകൊണ്ട്, പരിസ്ഥിതി സൗഹൃദപരവും ജനക്ഷേമോത്സുകവുമായ വികസന പദ്ധതികളുടെ ഒരു ഭാവി മാർഗ്ഗരേഖ പുരോഗമന-ദേശാഭിമാന-മതേതര-ഇടതുപക്ഷസഖ്യം മുറുകെപ്പിടിക്കണം. പുത്തൻ സാമ്പത്തികനയത്തിനറുതിവരുത്തി അതിന്റെ ഭാഗമായ ഉദാരവൽക്കരണ-സ്വകാര്യവൽക്കരണ-ആഗോളവൽക്കരണ പദ്ധതികൾ പൂർണമായി അവസാനിപ്പിച്ചുകൊണ്ട് വെനസ്വലയിലെ ഹ്യൂഗോഷാവേസിനെപ്പോലെ ഒരുദേശീയ സമ്പദ്‌വ്യവസ്ഥ പടുത്തുയർത്താനുള്ള മാനിഫെസ്റ്റോയുമായാണ് തെരഞ്ഞെടുപ്പിന് തയ്യാറാവേണ്ടത്. ഈയൊരു ദേശാഭിമാനക്കൊടുങ്കാറ്റ് രൂപംകൊള്ളുമ്പോൾ, മോഡിയുടെ പ്രധാനമന്ത്രി സ്വപ്നം ഭഗത്സിംഗിന്റെ ഭൂമിയിലെ ആറടിമണ്ണിൽ കുഴിച്ചു മൂടപ്പെടുകയും, കൊട്ടാരം സേവകരാകാനുള്ള ശിവഗിരിയിലെ അശുദ്ധാനന്ദന്മാരുടെ ഉദ്യമം മലർപ്പൊടിക്കാരന്റേതായി മാറുകയും ചെയ്യും.

(ഓറ മാസിക 2013 ജൂലായ്.)

ആൾദൈവങ്ങളുടെ ഡിഎൻഎ

മാതാ അമൃതാനന്ദമയിയുടെ മഠത്തിൽ നടന്ന ലൈംഗികാതിക്രമങ്ങളെക്കുറിച്ച് ഗെയിൽ ട്രെഡ്വെൽ ഉന്നയിച്ച ആരോപണങ്ങൾക്ക് എത്രയോവർഷം മുമ്പ് സമാനമായ ഒരാരോപണം 'യുഥതരേഖ'യിൽ വന്നിരുന്നു. അമൃതാനന്ദമയിമഠത്തിലെ അന്തേവാസിനിയായ മണിമല്ലിക എന്ന സ്ത്രീയെ ലൈംഗികമായി ഉപയോഗിക്കാൻ അമൃതാനന്ദമയിയുടെ അച്ഛൻ ശ്രമിച്ചെന്നും കൊല്ലം പൊലീസ് സൂപ്രണ്ടിന് ഇതു സംബന്ധിച്ച പരാതി നൽകിയിട്ടും യാതൊരന്വേഷണം നടത്തിയില്ലെന്നുമായിരുന്നു അന്ന് കേരളയുക്തിവാദി സംഘത്തിന്റെ മുഖപത്രമായ 'യുക്തിരേഖ' ആരോപിച്ചിരുന്നത്. രാജ്യത്തെ നിയമങ്ങൾക്ക് പകരം സമാന്തരനിയമങ്ങളും പെരുമാറ്റ സംഹിതകളും പുലരുന്ന ആൾദൈവങ്ങളുടെ അകത്തളങ്ങളിൽ ഇതൊക്കെ സംഭവിക്കാമെന്ന് ആർക്കാണ് ഊഹിച്ച് കൂടാത്തത്?

ഗെയിൽ ട്രെഡ് വെൽ, ജോൺബ്രിട്ടാസിനുനൽകിയ അഭിമുഖത്തിന്റെ അച്ചടിരൂപം പ്രസിദ്ധീകരിച്ച ഡിസി ബുക്സിനും ഡിസി ബുക്സിന്റെ ഉടമയായ രവി ഡിസിക്കുമെതിരായും സന്ദീപാനന്ദഗിരിക്കെതിരായും നടന്ന അക്രമണങ്ങൾ നാം കണ്ടു. ഒടുവിലിതാ, സ്വതന്ത്രമായ ആശയാവിഷ്കാരത്തിനും സത്യത്തിന്റെ അനാച്ഛാദനത്തിനും സംരക്ഷണം നൽകാൻ ബാധ്യപ്പെട്ട കേരളാഹൈക്കോടതി തന്നെ 'ഒരു സന്യാസിനിയുടെ വെളിപ്പെടുത്ത'എന്നപുസ്തകത്തിന്റെ

വിൽപനയും വിതരണവും മൂന്നുമാസത്തേക്കു തടഞ്ഞിരിക്കുന്നു. ഈ പശ്ചാത്തലത്തിൽ ആൾദൈവങ്ങൾക്കെതിരായ അവബോധം സമൂഹത്തിൽ ശക്തിപ്പെടുത്താനും ഇവയുടെ പ്രസ്ഥാനരൂപത്തിലുള്ള വ്യാപനം സൃഷ്ടിക്കുന്ന വിപത്തുകളെക്കുറിച്ച് വിശദമായ പരിശോധന നടത്തി അതിനെ എതിർത്തു പരാജയപ്പെടുത്താനുമുള്ള സംഘടിത പരിശ്രമങ്ങൾ അനിവാര്യമായിരിക്കുകയാണ്.

സ്വദേശത്തും വിദേശത്തുമുള്ള അജ്ഞാതമായ സ്രോതസുകളിൽ നിന്നും വരുന്ന (ഇവ അജ്ഞാതമാകുന്നത് കേന്ദ്ര-സംസ്ഥാന സർക്കാരുകളുടെ ആൾദൈവസേവനിമിത്തമാണ്.) ശതകോടിക്കണക്കിനു വരുന്ന തുകയാണ് മുഖ്യമായും ഇക്കൂട്ടരുടെ മൂലധനം എന്നുകാണാം. ഈ പണക്കൊഴുപ്പിലാണ് മിക്ക ആൾദൈവങ്ങളും പുളയ്ക്കുന്നത്. തികച്ചും അന്യായവും അസാന്മാർഗികവുമായ രീതിയിൽ പണം സമ്പാദിച്ചുകൂട്ടുന്ന ധനപ്രഭുക്കളിൽ പലർക്കും ജീവിതത്തിന്റെ ഏതോനിമിഷങ്ങളിൽ കൈവരുന്ന വെളിപാടിനെ തുടർന്നുണ്ടാവുന്ന കാരുണ്യത്തിലാണ് (കുറ്റബോധത്തിൽ നിന്നാണ്) ജീവകാരുണ്യ മൂലധനം ആൾദൈവങ്ങളുടെ അക്കൗണ്ടുകളിൽ വന്നു നിറഞ്ഞു പതയുന്നത്. ഇത് അവശർക്കും ആർത്തർക്കും ആലംബഹീനർക്കുമായി വിനിയോഗിക്കുന്നുവെന്നാണ് വയ്പ്. എന്നാൽ ഇതിൽ കടുത്ത വൈചിത്ര്യവും വിരോധാഭാസവുമുണ്ട്.

ഒരു വശത്ത് തങ്ങളുടെ സ്ഥാപനങ്ങളിൽ ജോലിചെയ്യുന്ന തൊഴിലാളികൾക്ക് മിനിമം കൂലി പോലും നൽകാതെ അവരെ നിർധനരും നിസഹായരുമാക്കി മാറ്റുക; മറുവശത്ത് അതുവഴി ഭാവി ഇരുളടഞ്ഞ്, മനസുതകർന്ന് ദയയുടെ ഒരിറ്റു സ്പർശത്തിനായി യാചിച്ചു നിൽക്കുന്നവർക്കു മുമ്പിൽ ആൾദൈവ മൂലധനത്തിന്റെ രൂപത്തിൽ ഹൈടെക് അനുഗ്രഹസ്പർശവുമായി പുനരവതരിക്കുക. ഈ ഡബിൾ റോളിനു പിന്നിൽ കാണാവുന്നത്, ലാഭവും സ്വാധീനവും അധികാരവും നേടാൻ എന്തുമാവാം എന്ന നവ ഉദാരവൽക്കരണ രാഷ്ട്രീയ - സാമ്പത്തിക വ്യവസ്ഥയെയാണ്.

ആൾദൈവങ്ങളുടെ സാമൂഹ്യവും മഃനശാസ്ത്രപരവുമായ പശ്ചാത്തലം അനാവൃതമാവുമ്പോൾ കൂടുതൽ വിസ്തൃതമായ ഒരു തലം തെളിഞ്ഞുകാണാം. വീട്ടിലെ പ്രായമായവർക്ക് കക്കൂസിൽ ഒരു ബക്കറ്റ് വെള്ളമെത്തിച്ചു കൊടുക്കാനോ ക്ഷേമവിവരങ്ങളറിയുവാനോ മെനക്കെടാത്തവരാണ്, ലോകനഗരങ്ങളിലെ ഹൈടെക്ക് പന്തൽപ്പുകളിൽ നിന്നും തിരിച്ചെത്തുന്ന ഡ്യൂപ്ലിക്കേറ്റ് അമ്മമാരുടെ അനുഗ്രഹമെന്ന അസംബന്ധത്തിന്റെ കാൽച്ചുവട്ടിലേക്ക് ചെന്ന് മുഖം പൂഴ്ത്തിനിൽക്കുന്നതെന്നു കാണാനാവും. കുടുംബത്തിലെ സന്തുലിതാവസ്ഥ തകർക്കുന്നത്

കോർപ്പറേറ്റ് മാധ്യമങ്ങളും മറ്റും സൃഷ്ടിക്കുന്ന അധീശവർഗ സീരിയൽ സംസ്കാരവും ദാരിദ്ര്യവും തൊഴിലില്ലായ്മയുമാണെന്നിരിക്കേ അതിനു പരിഹാരമായി ആൾദൈവക്കൂടാരങ്ങളിലേക്ക് ഇഴഞ്ഞെത്തുന്നത് പ്രശ്നങ്ങൾ സങ്കീർണമാക്കുകയേയുള്ളൂ.

ഇനി എന്താണ് കേരളത്തിന്റെ ക്ലാസിക്കൽ അമ്മ സങ്കൽപം? ഒരു ഉദാഹരണമിതാ:

മകനെ പൂതത്തിൽനിന്നുംതിരിച്ചു കിട്ടാനായി:

'അപ്പൊന്നും നോക്കാതെ, അമ്മണി നോക്കാതെ
അമ്മ തൻ കണ്ണുകൾ ചൂഴ്ന്നെടുത്തു.
പുലരിച്ചെന്താമരപോലവ പൂതത്തിൻ
തിരുമുമ്പിലർപ്പിച്ചു തൊഴുതുരച്ചു
ഇതിലും വലിയതാണെന്റെ പൊന്നോമന
അതിനെ തരികെന്റെ പൂതമേനീ...'

ഇടശേരി സൃഷ്ടിച്ച ഈ അമ്മ സങ്കൽപ്പത്തിൽ പതിത ജന്മങ്ങളുടെ മുഴുവൻ ഉപ്പും നീരുമുണ്ട്. ത്യാഗത്തിന്റെ, സമർപ്പണത്തിന്റെ കൊടിയാളമുണ്ട്. നന്മയെ ഊട്ടിയുറപ്പിക്കാൻ നൽകുന്ന വിലയുടെ മൊത്തം ആഴവുമുണ്ട്. മാസ് ഹിസ്റ്റീരിയയിലൂടെ രൂപപ്പെടുത്തുന്ന കേരളത്തിന്റെ ഇന്നത്തെ കപട അമ്മ സങ്കൽപ്പത്തെ ഇതിനോട് ഒന്നു ചേർത്തുവെച്ചു പരിശോധിച്ചു നോക്കൂ!

കപട സിദ്ധൻമ്മാർ അവർ ഏതു മത വിഭാഗത്തിൽപ്പെട്ടവരായാലും തങ്ങളെ സമീപിക്കുന്നവരെ തെറ്റായ വഴികളിലേക്കു നയിക്കുന്ന നീചന്മാർതന്നെ. അവർക്ക് വിവിധ സ്രോതസുകളിൽ നിന്നും ഒഴുകിയെത്തുന്ന സംഭാവനകൾ ഏതെന്നും എന്തിനെന്നും മനസിലാക്കി യുവജനങ്ങൾ വിശേഷിച്ചും, ശാസ്ത്രീയബോധത്തിനും നവമാനവികതയ്ക്കും വേണ്ടിയുള്ള സമരത്തിൽ അണിചേർന്നാൽ അതൊരു മഹത്തായ സാംസ്കാരിക സ്വാതന്ത്ര്യ സമരമായിത്തീരുകതന്നെ ചെയ്യും.

(ജനയുഗം 2014 ഏപ്രിൽ)

രണ്ടാംഭാഗം

രക്തസാക്ഷിയുടെ ഒസ്യത്ത്

ഗാന്ധിജിക്കു പകരം ഗോഡ്സെയെ സ്ഥാപിക്കുന്നതിൽ തുടങ്ങി, ഗാന്ധിജിയുടെ നെഞ്ചിലേറ്റ വെടിയുണ്ടകളിലൊന്ന് അജ്ഞാത കേന്ദ്രത്തിൽ നിന്നാണെന്ന സമീപകാല വെളിപാടുകളിലൂടെ വളർന്ന്, ഗാന്ധിജിയോ നെഹ്റുവോ യഥാർത്ഥത്തിൽ വധാർഹൻ എന്ന 'കേസരി'-യിലെ ഗവേഷണ ചാതുര്യത്തിലൂടെ മലിനരൂപമാർജിച്ച് ഒടുവിൽ 'ഗാന്ധി സൂത്രശാലിയായ ബനിയ'യായിരുന്നു എന്ന അമിത് ഷായുടെ വിഷവ്യാപനം വരെയെത്തി അതിമാനുഷാകാരം പൂണ്ട് വളരുകയാണിന്ന് സംഘപരിവാറിന്റെ അജണ്ട. ഒരു കച്ചവടത്തർക്കത്തിലാണ് ഗാന്ധി കൊല്ലപ്പെട്ടതെന്നുവരെ നാളെ ഇക്കൂട്ടർ പ്രചരിപ്പിച്ചു കൂടായ്കയില്ല.

ഗാന്ധിജിയെ നിർവ്യക്തീകരിക്കുന്നതിലൂടെ സംഘപരിവാർ ആഗ്രഹിക്കുന്നത്; ചമ്പാരൻ മുതൽ നിസ്സഹരണം, സിവിൽ നിയമലംഘനം, ജാലിയൻവാലാബാഗ്, മലബാർ കലാപം, ഉപ്പുസത്യാഗ്രഹം, ക്വിറ്റിന്ത്യാസമരം, കയ്യൂർ, തെലുങ്കാനാ, പുന്നപ്ര വയലാർ എന്നീ സ്വാതന്ത്ര്യസമരത്തിലെ ദീപസ്തംഭങ്ങളെ തച്ചുകെടുത്തി ഇത്തിരിപ്പോന്ന ഞെക്കുവിളക്കുകളെ നമുക്കു വെച്ചുനീട്ടാനാണ്. ബാബറി മസ്ജിദ് തകർത്ത 'കർസേവ'യാണ് ഇന്ന് ചരിത്രധ്വംസനത്തിന്റെ അന്ധകാരമാനങ്ങളാർജിക്കുന്നത്. ഇന്ത്യ കണ്ടതിൽ വെച്ച് ഏറ്റവും നിന്ദ്യവും നിർദയവുമായ ഒരു എതിർ പ്രയാണം സാദ്ധ്യമാക്കാമെന്നാണ് സംഘപരിവാർ ലക്ഷ്യമിടുന്നത്.

മേൽസൂചിപ്പിച്ച ഒരു ചരിത്രസന്ധിയിലാണ് അനശ്വര രക്തസാക്ഷിയായ ഗോവിന്ദ് പൻസാരെയുടെ കൃതിയായ ‘ശിവജി കോൻ ഹോതെ’ (ശിവജി ആരായിരുന്നു) നമുക്കു വായിക്കാനായി ലഭിക്കുന്നത്. മയിലിനെ ബ്രഹ്മചാരിയാക്കാനും, പ്ലാസ്റ്റിക് സർജറിയുടെ പേറ്റന്റ് ഗണപതി എന്ന ഭാവനാ സൃഷ്ടിയിൽ മാത്രം നിക്ഷിപ്തമാക്കാനുമൊക്കെയുള്ള ശ്രമങ്ങൾക്ക് ഊക്കു കൂട്ടുന്ന കാലത്താണ് കെ.ദിലീപ് പരിഭാഷപ്പെടുത്തി പ്രഭാത് ബുക്സ് പ്രസിദ്ധീകരിച്ച ഈ ഗ്രന്ഥത്തിന്റെ പ്രസക്തി ശതഗുണീഭവിക്കുന്നത്. സംഘപരിവാർ ബലം പ്രയോഗിച്ച് തലകീഴാക്കി നിർത്തി രസിക്കുന്ന ചരിത്രത്തെ സമനിലയിലാക്കാനുള്ള യത്നമാണ് ഈ കൃതിയിലുടനീളം ഗോവിന്ദ് പൻസാരെ നടത്തുന്നത്. ചെറുതും വലുതുമായ സകല മലിന -വിഷമയ-അന്ധകാര ശക്തികളെയും സംഘപരിവാർ കുടംതുറന്നു പുറത്തുവിട്ടിരിക്കുന്ന സാഹചര്യത്തിലാണ്, കൃത്രിമമാക്കാൻ നോക്കുന്ന ഒരു ബിംബത്തെ അടുത്തുനിന്നു കാണാനും നേരു ചികയാനും അദ്ദേഹം മുതിരുന്നത്.

ഒരു മുസ്ലീംവിരുദ്ധ രാജാവായിരുന്നു ശിവജി എന്ന ആർ.എസ്.എസ് നിർമിത ബോധത്തിനെതിരാണ് ഈ പുസ്തകം. വസ്തുതകൾ സൂക്ഷ്മ പരിശോധനയ്ക്കു വിധേയമാക്കുന്ന പൻസാരെ, ഇതുവരെ പ്രതിലോമശക്തികൾ നമ്മെ അറിയിച്ചുകൊണ്ടിരുന്ന തരക്കാരനായിരുന്നില്ല ശിവജി എന്ന് ബോദ്ധ്യപ്പെടുത്തുന്നു. മനുഷ്യചിന്തയുടെ ബാല്യ-ശൈശവങ്ങളിൽ ചെയ്ത തെറ്റുകൾക്കും അക്കാലത്തു ശരിയെന്നു തോന്നിയിരുന്ന; എന്നാൽ ഇന്നു വൈകല്യമാണെന്നു തിരിച്ചറിയുന്ന, കാര്യങ്ങൾക്കും പരിഹാരം കാണാൻ നോക്കിയാൽ നാം എവിടെ ചെന്നാണ് എത്തുക? ചരിത്രത്തിൽ രാജാക്കന്മാർ നടത്തിയ ആക്രമണങ്ങളിൽ മിക്കതും മതപരമായ ഉദ്ദേശ്യത്തോടെയായിരുന്നുവെന്ന് സിദ്ധാന്തിക്കുകയും വർത്തമാന മനുഷ്യന്റെ ധർമം അതിനൊക്കെ ഉചിതമായി പ്രതികാരം ചെയ്യാനായി ചേരിതിരിയുകയാണെന്നുമാണ് ആർ.എസ്.എസും, ഐ.എസ്.ഐ.എസും സമാന വർഗ്ഗീയ ഫാസിസ്റ്റുകളും ആഹ്വാനം ചെയ്യുന്നത്. എന്നാൽ എന്താണ് വസ്തുതകൾ?

ജന്മിത്തം നിലനിന്നിരുന്ന കാലഘട്ടത്തിലെ ഏറെ വിഭിന്നതകൾ പുലർത്തിയ ഒരു രാജാവായിരുന്നു ശിവജി എന്നാണ് ഗോവിന്ദ് പൻസാരെ അടിവരയിടുന്നത്. അദ്ദേഹം എഴുതുന്നതിങ്ങനെ: ‘അക്കാലത്ത് രാജാക്കന്മാരിൽ മിക്കവരും-സ്വദേശിയായാലും വിദേശിയായാലും-സ്വാർത്ഥരും കള്ളന്മാരും കവർച്ചക്കാരുമായിരുന്നു. അവരുടെ സർക്കാരുകൾ ഇത്തിക്കണ്ണികളായിരുന്നു. എന്നാൽ ശിവജിയുടെ കാലത്ത് രാജാവും ഗ്രാമീണ കൃഷീവലന്മാരും തമ്മിൽ നേരിട്ടുള്ള ബന്ധം

സ്ഥാപിക്കപ്പെട്ടു. ജാഗിർദാർ, ദേശ്മുഖ്, വദൻദാറുകൾ, പട്ടേലന്മാർ, കൽക്കർണികൾ എന്നീ വിവിധ നിലകളിലുള്ള മാടമ്പിമാരുടെ അനിയന്ത്രിതമായ അതിക്രമങ്ങൾക്ക് ശിവജി കടിഞ്ഞാണിട്ടു. ഗവൺമെന്റ് നികുതിപിരിവ് അവരുടെ ചുമതലയും അവകാശവുമായിരുന്നു. എന്നാൽ അത് നിർത്തലാക്കിയ ശിവജി കർഷകരിൽ നിന്ന് നേരിട്ട് നികുതി പിരിച്ചു. നികുതിക്ക് ഘടന നിശ്ചയിച്ചു. പാവങ്ങളുടെ പെൺമക്കളെയും പുത്രഭാര്യമാരെയും ലൈംഗികോപകരണമായിക്കണ്ട മാടമ്പിമാരെ ശിവജി നിലയ്ക്കു നിർത്തിയിരുന്നു. ബലാൽസംഗം ചെയ്ത പാട്ടീലിന്റെ കൈകാലുകൾ ഛേദിച്ച ശിവജിയുടെ ഒരു ചിത്രം കൂടി അദ്ദേഹം കൂട്ടിച്ചേർക്കുന്നു. സുന്ദരിയായ മുസ്ലീം യുദ്ധത്തടവുകാരിയെ കണ്ടമാത്രയിൽ 'എന്റെ അമ്മയെ മാത്രമേ ഇത്രയും സുന്ദരമായി ഞാൻ കണ്ടിട്ടുള്ളൂ'. എന്നാണത്രെ ശിവജി പറഞ്ഞത്.

ഏതു ഗുണ്ടയ്ക്കും കൃഷീവലന്മാരുടെ സ്വത്ത് കൊള്ളടയിക്കാമായിരുന്ന അവസ്ഥ അദ്ദേഹം തടഞ്ഞു. പിടിച്ചടക്കിയ പ്രദേശത്തെ വിളഞ്ഞു നിൽക്കുന്ന വയലുകളിലൂടെ മദിച്ചു നടക്കുന്ന കുതിരപ്പടയാളികൾക്ക് കനത്തശിക്ഷ നൽകി ആ ക്രൂരവിനോദം അവസാനിപ്പിച്ചു. സൈന്യം ധാന്യങ്ങളും പച്ചക്കറികളും മാത്രമല്ല; വൈക്കോൽ പോലും കർഷകരിൽ നിന്നും വില കൊടുത്തേ വാങ്ങാവൂ എന്ന് ശിവജി നിഷ്കർഷിച്ചിരുന്നത്രേ! പരാജയപ്പെടുത്തപ്പെട്ടവരോട് അടിമകളോടും വെപ്പാട്ടികളോടുമെന്ന പോലെ പെരുമാറുന്നത് അദ്ദേഹം നിർത്തലാക്കി. ശിവജിയുടെ മുസ്ലീം വിരുദ്ധതയെ സംബന്ധിച്ച ആർ.എസ്.എസ് വർഗ്ഗീയജല്പനങ്ങളുടെ മുനയൊടിച്ചു കൊണ്ടാണ് ഗോവിന്ദ് പൻസാരെ മറുപടി കുറിക്കുന്നത്. ശിവജിയുടെ നായിക സേനാവിഭാഗം തലവൻ ദൗലത്ത് ഖാൻ ആയിരുന്നു. അദ്ദേഹത്തിന്റെ അംഗരക്ഷകരിൽ ഒരാൾ മദാരി മേത്തർ ആയിരുന്നു. ഇരുവരും മുസ്ലീങ്ങളായിരുന്നു. മതവെറിയനായിരുന്നുവെങ്കിൽ രാജ്യരക്ഷയ്ക്കും ജീവരക്ഷയ്ക്കും ഇതരമതസ്ഥരെ നിയോഗിക്കുമായിരുന്നോ? മുഗൾരാജാവായിരുന്ന ഔറംഗസേബിനടുത്തേക്ക് ശിവജി അയച്ച ദൂതൻ കാസിം ഹൈദരായിരുന്നു! അദ്ദേഹത്തിന്റെ ഉപസേനാപതി ഷമാഖാൻ ആയിരുന്നു. മറ്റൊരു പടത്തലവൻ നൂർഖാൻ ബെയ്ഗും. ശിവജിയുടെ പിതാവ് ഷഹജി ബീജാപൂരിലെ മുസ്ലീം രാജാവ് അദിൽ ഷായുടെ കീഴിലുള്ള വലിയ സർദാർ ആയിരുന്നു. 1669ൽ റായ്ബാഗിനടുത്തുവെച്ച് റുസ്തംസാമയെയും ഫസൽഖാനെയും പരാജയപ്പെടുത്തിയ യുദ്ധത്തിൽ സിദ്ധിഹിലാൽ ശിവജിക്കൊപ്പം പൊരുതി. പരമനിന്ദയുടെ വൈകൃതം ചീറ്റുന്ന വർഗ്ഗീയവാദികൾ ഈ ചരിത്രവസ്തുതകൾ പരിശോധിക്കേണ്ടതുണ്ട്.

മുഗൾസാമ്രാജ്യത്തിൽ അക്ബറുടെ സൈന്യത്തിൽ 22.5 ശതമാനവും ഷാജഹാന്റെ ഭരണത്തിൽ 22.4 ശതമാനവും, മതവെറി പ്രകടിപ്പിച്ച ഔറംഗസേബിന്റെ കാലത്തുപോലും 21.6 ശതമാനവും ഹിന്ദുക്കളുണ്ടായിരുന്നുവെന്ന് ഗോവിന്ദ് പൻസാരെ ചൂണ്ടിക്കാട്ടുന്നുണ്ട് രാജാ ജസ്വന്ത് സിംഗിനെ ഡക്കാനിലെ ഗവർണറാക്കിയത് ഔറംഗസേബായിരുന്നു. ബീജാപ്പൂർ-ഗോൽക്കൊണ്ട രാജാക്കന്മാർ മുസ്ലീങ്ങളായിട്ടും മുഗളന്മാർ ഇവർക്കെതിരെ സുദീർഘമായി യുദ്ധം ചെയ്തു. മതപരമായ വികാരങ്ങളല്ല, അധികാരത്തിന്റെയും, ധനത്തിന്റേയും പ്രശസ്തിയുടേയും പിൻപറ്റിയുള്ള രാഷ്ട്രീയമായിരുന്നു അന്നത്തെ രാജാക്കന്മാരെ മുഖ്യമായും നയിച്ചതെന്ന് ഇതെല്ലാം വ്യക്തമാക്കുന്നു. ഇപ്പോൾ ഡൽഹിയിലുള്ള അക്ബർ മാർഗിന്റെ പേരുമാറ്റാൻ വേണ്ടി വാദിക്കുന്ന സംഘപരിവാർ ബ്രാന്റ് സംഘടനയ്ക്കുള്ള മറുപടിയും ഗോവിന്ദ് പൻസാരെയുടെ പുസ്തകത്തിലുണ്ട്. ചരിത്ര പ്രസിദ്ധമായ ഹാൽദി യുദ്ധത്തിൽ രാജാമാൻസിംഗിന്റെ നേതൃത്വത്തിലുള്ള നാൽപതിനായിരത്തോളം രജപുത്രന്മാരും അറുപതിനായിരത്തോളം മുഗൾ സൈനികരുമാണത്രെ പോരാടിയത്.

ക്ഷേത്രങ്ങൾ അക്കാലത്ത് അളവറ്റ സമ്പത്തിന്റെ കേന്ദ്രങ്ങളായിരുന്നതിനാലാണ് അവ കൊള്ളയടിക്കപ്പെട്ടതെന്നും കാശ്മീരി രാജാവായ ഹർഷദേവ് വിഗ്രഹങ്ങൾ തകർക്കാനായി ദേവോൽപാടന നായക് എന്ന ഉയർന്ന തസ്തിക തന്നെ സൃഷ്ടിച്ചിരുന്നുവെന്നും, ‘ക്ഷേത്രം ആക്രമിക്കുമ്പോൾ സർവശക്തനായ ദൈവങ്ങൾക്കൊന്നും ചെയ്യാനാവുന്നില്ല; പിന്നെയാണോ നിസ്സാരന്മാരായ നമുക്ക്’ എന്ന മനോഭാവം എതിരാളികളിൽ ഉണർത്താൻ കൂടിയായിരുന്നു അങ്ങനെ ചെയ്തിരുന്നതെന്നും പൻസാരെ പറയുന്നു. മാത്രവുമല്ല, കൊള്ളയടിച്ച ക്ഷേത്രങ്ങളുള്ള രാജ്യം സ്വന്തം അധീനതയിൽ വന്നാൽ അലവൻസ്, സ്വത്തുദാനം എന്നിവ വഴി സംരക്ഷിച്ചിരുന്നുവെന്ന ചരിത്ര വസ്തുതയും അദ്ദേഹം ഓർമ്മിപ്പിക്കുന്നുണ്ട്. ഔറംഗസേബിന്റെ കാലത്തുപോലും അഹമ്മദാബാദിലെ ജഗന്നാഥക്ഷേത്രത്തിന് 200 ഗ്രാമങ്ങൾ സംഭാവന നൽകിയതും മധുര, കാശി ക്ഷേത്രങ്ങളെ കയ്യയച്ച് സഹായിച്ചതും പുസ്തകത്തിലുണ്ട്.

സമ്പദ്‌വ്യവസ്ഥയുടെ താക്കോൽതസ്തികകളായ ട്രഷറി, നികുതി പിരിവ് എന്നിവയിൽ ബാമനി രാജാക്കന്മാർ ഹിന്ദുക്കളെ നിയമിച്ചിരുന്നുവെന്നതും ‘അക്ബറുടെ റവന്യൂമന്ത്രി രാജാ ടോഡർമാൾ ആയിരുന്നുവെന്നതും പലമതസാരവും ലയിപ്പിച്ചു ചേർത്ത് ദീൻ-ഇലാഹി എന്ന പുതിയ മതത്തിന് അക്ബർ രൂപം നൽകിയിരുന്നുവെന്നും പൻസാരെ ആവർത്തിക്കുന്നുണ്ട് ഈ ഗ്രന്ഥത്തിൽ. മുഹമ്മദ് തുഗ്ലക്കിന്റെ

കാലത്ത് മുല്ലാമാരേയും സെയ്ത്തുമാരെയും കൊല ചെയ്തിരുന്നതായും' ജഹാംഗീറിനെ വഴിയിൽ കണ്ടാൽപോലും മുല്ലമാർ ഓടിയൊളിച്ചിരുന്നതായും പൻസാരെ എഴുതുന്നു. സാംസ്കാരിക ആവിഷ്കാരങ്ങളായ വൈവിധ്യങ്ങളെ സംഹരിക്കാനൊരുങ്ങുന്നവർ ഇത് ഉറക്കെ വായിക്കേണ്ടതുതന്നെ!

ഔറംഗസേബ് ഹിന്ദുക്കൾക്കുമേൽ ജസിയ എന്ന മതനികുതി ഏർപ്പെടുത്തിയപ്പോൾ ശിവജി പേർഷ്യൻ ഭാഷയിൽ ഔറംഗസേബിനെഴുതിയ കത്ത് അദ്ദേഹത്തിന്റെ കാഴ്ചപ്പാടിന്റെ വിശാലത വെളിപ്പെടുത്തുന്നതാണ്: "ജസിയ മുഗൾ ഭരണത്തിന്റെ അടിസ്ഥാന തത്വങ്ങൾക്ക് വിരുദ്ധമാണ്. താങ്കളുടെ പ്രപിതാമഹൻ അക്ബർ ചക്രവർത്തി ദീർഘമായ 52 വർഷം ഭരണം നടത്തി. നീതിമാനായ അദ്ദേഹത്തെ ആദരപൂർവം ജനങ്ങൾ 'ജഗത്ഗുരു' എന്നു വിളിച്ചു. ജഹാംഗീറും ഷാജഹാനും ഈ നയം പിന്തുടർന്നു. അവരൊന്നും ഇത്തരം നികുതികൾ ചുമത്താത്തതിനാലാണ് അത്രയും ധനികരും ബഹുമാന്യരുമായി മാറിയത്. ഖുർ-ആൻ ദൈവത്തിന്റെ തന്നെ വാക്കുകളാണ്. അത് ലോകത്തിന്റെ മുഴുവൻ ദൈവത്തെയാണ് പ്രകീർത്തിക്കുന്നത്. അതിനാൽ ഒരു മതത്തെ അടിച്ചമർത്തുന്നത് ദൈവത്തോട് ശത്രുത പ്രഖ്യാപിക്കുന്ന പ്രവൃത്തിയാണ്. നിഷ്കളങ്കരായ ജനതയെ പീഡിപ്പിക്കുന്നതിൽ നിന്നാണ് കലാപം എന്ന അഗ്നി ജനിക്കുന്നത്. യഥാർത്ഥ അഗ്നിബാധയേക്കാൾ വേഗതയിൽ അത് രാഷ്ട്രത്തെ നശിപ്പിക്കും. അതിനാൽ ചക്രവർത്തി മതത്തിന്റെ പേരിൽ ജനതയെ വേർതിരിച്ചു കാണരുത്."

മതസൗഹാർദത്തിന്റെയും മാനവികതയുടെയും കൊടിയടയാളമുള്ള ഇത്തരം നിലപാടുകൾ സൂക്ഷിക്കുന്ന ശിവജി എങ്ങനെയാണ് ഞങ്ങൾക്ക് പ്രിയപ്പെട്ടതാകുന്നതെന്ന് കപട ഹിന്ദുത്വവാദികൾ വിശദീകരിക്കേണ്ടതാണ്. മാനവിക ബോധം പിന്നോക്കമായ അക്കാലത്തുപോലും മതവിരോധം തീണ്ടാത്ത നല്ല മതവിശ്വാസിയായിരുന്നു ശിവജി.

ശിവജിയെ ഗോ-ബ്രാഹ്മിൻ പ്രതിപാലിക് എന്ന് ഇന്നു ചിലർ വിശേഷിപ്പിക്കുന്നതിന്റെ കാരണവും പൻസാരെ തേടിപ്പോകുന്നുണ്ട്. അദ്ദേഹം അയച്ചതായ മുദ്ര വെച്ച 29 കത്തുകൾ ശേഖരിക്കപ്പെട്ടിട്ടുണ്ട്. ഇവയിൽ 'ക്ഷത്രിയ കുലവദൻ ശ്രീരാജശിവ് ഛത്രപതി ശിവജി' എന്നാണ് വിശേഷിപ്പിക്കുന്നത്. ചാതുർവർണ്യവും ഹിന്ദു ആചാരങ്ങളുമനുസരിച്ച് ഒരു ബ്രാഹ്മണനോ ക്ഷത്രിയനോ മാത്രമേ രാജാവാകാൻ അവകാശമുള്ളൂ. ശിവജി ധാരാളം പ്രവിശ്യകൾ കീഴടക്കിയ യോദ്ധാവായിരുന്നുവെങ്കിലും മതനിയമങ്ങൾ അദ്ദേഹം അഭിഷിക്തനാവുന്നതിനെതിരായിരുന്നു.

ബ്രാഹ്മണ ശ്രേഷ്ഠൻ അദ്ദേഹം യഥാർത്ഥ ക്ഷത്രിയനാണോ എന്ന് സംശയിച്ചു. അതുപോലെ അദ്ദേഹത്തിന്റെ വിവാഹചടങ്ങുകളും ആചാരപരമായിരുന്നില്ലത്രെ. കൃഷ്ണഭട്ടശേഷയെന്ന ബ്രാഹ്മണൻ 'ശൂദ്രാചാര ശിരോമണി' എന്നതന്റെ പ്രബന്ധത്തിൽ വാദിക്കുന്നത് പരശുരാമൻ ഭൂമുഖത്തുനിന്ന് എല്ലാ ക്ഷത്രിയരെയും തുടച്ചുനീക്കി എന്നാണ്. അതിനാൽ ഹിന്ദുസമുദായത്തിൽപ്പെട്ട രാജഗുണമുള്ള രാജപരമ്പരയിൽപ്പെട്ട ഒരു ക്ഷത്രിയനുമില്ല. അപ്പോൾ എങ്ങനെ ശിവജിയെ രാജാവായി വാഴിക്കും? മഹാരാഷ്ട്രയിലെ ഒരു ബ്രാഹ്മണൻപോലും അഭിഷേകച്ചടങ്ങുകളിൽ പങ്കെടുത്തില്ല. ശിവജിയുടെ അമ്മ ജീജാഭായി കിരീടധാരണത്തിന്റെ 13-ാം നാൾ മരിച്ചതും പട്ടാഭിഷേക സമയത്ത് ചില അബദ്ധങ്ങൾ ഗംഗാഭട്ടനിൽനിന്നുണ്ടായതിനാലാണെന്ന് ചിലർ പ്രചരിപ്പിച്ചു. അഭിഷേകനാൾ ശുഭദിനമായിരുന്നില്ല എന്നതു കൊണ്ടാണ് ഇതെന്നാണ് അവർ കണ്ടെത്തിയ ന്യായം. ഒരു കർഷകപ്പെൺകുട്ടിയെ പട്ടേൽ വിഭാഗത്തിൽപ്പെട്ട ഒരാൾ മാനഭംഗപ്പെടുത്തിയതിന് ശിക്ഷ വിധിച്ചതിന് പട്ടേൽ പ്രതികരിച്ചത്, 'വിധി പ്രഖ്യാപിക്കേണ്ടത് ശരിയായ അധികാരസ്ഥാനമാണ്". എന്നായിരുന്നതും പ്രസ്തുത ജാതിവെറിയോടും ജീർണമായ ആചാരങ്ങളോടും ക്ലൂട്ടിവായിക്കേണ്ടതാണ്.

അടിസ്ഥാന ജനവിഭാഗങ്ങളോട് ശിവജി കാണിച്ച മമത ആദരണീയമായിരുന്നു. മഹർ, ബരാട്, രമോശി, അധികാരി തുടങ്ങിയ കീഴ്ജാതിയിൽപ്പെട്ടവർക്ക് അദ്ദേഹം പൗരത്വപരിഗണനയാണ് നൽകിയത്. നാവികപ്പടയിൽ അവർക്ക് പ്രാതിനിധ്യം നൽകി. മുക്കുവരെ യോദ്ധാക്കളാക്കി. കുറ്റവാളികളെന്ന് മുദ്രകുത്തപ്പെട്ടവരുടെ ധീരതയും കഴിവും രാജ്യത്തിനു വേണ്ടി ഉപയോഗിച്ചതോടെ പാരമ്പര്യമായ സാമൂഹ്യവിരുദ്ധ പ്രവർത്തനങ്ങൾ നിലച്ചു. ജനങ്ങളെ പദവി നൽകിയും പ്രബുദ്ധരാക്കിയും അവരെ മഹാന്മാരാക്കുന്ന നയമാണ് ജോതിറാവു ഫൂലേയുടെ ഭാഷയിൽ അദ്ദേഹത്തെ 'കുൽമാഡി ഭൂഷൻ' (കർഷകരുടെ കിരീടത്തിലെ രത്നം) ആക്കി മാറ്റിയത്. പൻസാരെയുടെ അഭിപ്രായത്തിൽ, സാധാരണക്കാരെ അസാധാരണ പ്രവൃത്തികൾ ചെയ്യാൻ പ്രാപ്തരാക്കിയ പ്രതിഭാവിലാസമായിരുന്നു ശിവജിയുടേത്.

വിവിധങ്ങളും വ്യത്യസ്തങ്ങളുമായ സാംസ്കാരികാവിഷ്കാരങ്ങളെ സംഹരിച്ച് മനുഷ്യരെ തങ്ങൾ ഇച്ഛിക്കുന്ന ഒറ്റ അച്ചിൽ വാർത്തെടുക്കുന്ന പ്രകൃതിവിരുദ്ധ പ്രവർത്തനത്തിലാണ് ഇന്ന് വർഗ്ഗീയ-മതരാഷ്ട്രവാദ ശക്തികൾ ഏർപ്പെട്ടിരിക്കുന്നത്. ശിവജിയുടെ വ്യക്തിത്വത്തെ മതവിരോധത്തിന്റെ മലിനവേഷമണിയിച്ച് കളങ്കപ്പെടുത്താൻ ശ്രമിക്കുന്നവർ തീർച്ചയായും ഗോവിന്ദ് പൻസാരെയുടെ പുസ്തകം വായിക്കേണ്ടതാണ്.

ഇക്കൂട്ടരിൽ നിന്നും ജനങ്ങളല്ല, ശിവജിയെപ്പോലുള്ളവരിൽ നിന്നും ഇക്കൂട്ടരാണ് പഠിക്കാൻ തയ്യാറാവേണ്ടത് എന്നാണ് പ്രസ്തുത പുസ്തകത്തിന്റെ വായനാനുഭവം. വിദ്വേഷത്തിന്റെ വിഷം ജനമനസ്സുകളിൽ കുത്തിവയ്ക്കാൻ വിവിധ ബ്രാൻഡുകളിലുള്ള അരാജക അക്രമ സംഘങ്ങളെ ഉല്പാദിപ്പിച്ച് അഴിച്ചുവിട്ടും നന്മയുടെ പ്രകാശനാളങ്ങളെ ഊതിക്കെടുത്തിയും, ജനാധിപത്യമൂല്യങ്ങൾക്കു നേരെ കുറുവടിയോങ്ങിയും ഏതൊരു രാജ്യത്തിന്റെയും ആത്മാവായ മതേതരത്വത്തെ പരിഹസിച്ചും സംഘപരിവാർ നടത്തുന്ന തേർവാഴ്ചയുടെ അന്തരീക്ഷത്തിൽ ഒരു വിളക്കുമാടമാവുകയാണ് പൻസാരെയുടെ രചന.

(കാക്ക മാസിക,2017 ഡിസംബർ)

കുഞ്ഞുമനസ്സുകളിലേയ്ക്കൊരു പ്രകാശധാര

ബാലസാഹിത്യരചനകളിൽ പലതും കളിപ്പാട്ടത്തിന്റെ ക്ഷണികത മാത്രം അനുഭവിപ്പിക്കുമ്പോൾ, ചിന്താദീപ്തവും ഭാവനാസമ്പന്നവുമായ രചനകളിലൂടെ കൈരളിയെ ആഹ്ലാദിപ്പിക്കുകയാണ്, 'കുയ്യാന'എന്ന കുട്ടിക്കവിതകളുടെ സമാഹാരത്തിലൂടെ പ്രസിദ്ധകവി രാഘവൻ അത്തോളി. കഥാഗാനങ്ങളുടെയും, പ്രകൃതിയിലെ ഇത്തിരിപ്പോന്നവരെന്ന് മനുഷ്യർ മുദ്രകുത്തിയ ചെറിയ ജീവികളുടെ ആകാശ വിതാനങ്ങളുടെ വർണ്ണനകളുടേയും, ചേതോഹരമായ സമാഹാരമാണ് ഹരിതം ബുക്സ് പ്രസിദ്ധീകരിച്ച കുയ്യാന എന്ന കവിതാ പുസ്തകം.

നാടൻ പാട്ടിന്റേയും ശുദ്ധകവിതയുടെയും മേളനം ഈ സമാഹാരത്തിലെ പല കവിതകളിലും കാണാം. കുഞ്ഞുമനസ്സുകൾ എന്നും വ്യാപരിക്കുന്ന കിളി, പൂവ്, ആശ, ഇല, ഉച്ച എന്നിവ കുയ്യാനയിലെ ചില കവിതകളുടെ തലക്കുറിപ്പും ഉള്ളിലിരിപ്പുമായി വരുന്നുണ്ട്.

അത്തം പെരുത്ത വരുന്നേരം
ചിത്തം പെരുത്ത കിളിക്കൂട്ടം (അത്തം)

വെളുക്കാനിരിക്കുന്ന ഓണത്തെക്കുറിച്ചുള്ള എല്ലാ കിനാക്കളും ചാഞ്ഞുലയുന്ന, ഇല്ലായ്മകളിൽ പൊരിയുന്നവരെ അഭിസംബോധന ചെയ്യുന്ന വരികൾ ആദ്യകവിത തൊട്ട് ഇങ്ങോളമുണ്ട്. കുയ്യാനയുടെ

ഉൾക്കാതലിന്റെ സത്യവാങ്മൂലങ്ങളിലൊന്നായും ഈ വരികളെ അനുഭവിക്കാം. ചെമ്പോത്ത്, പൂവാലി, പയ്യാരം, അമ്പിളി, തോണി, കട്ടുറുമ്പ് തുടങ്ങിയ ചെറുപ്പത്തിന്റെ അരുമകളായ പരിസരങ്ങളെല്ലാം ഈ കവിതകളിൽ നൂലിഴയിൽ മുത്തുകളെന്നപോലെ അലങ്കാരമാവുന്നുണ്ട്.

തോണി എന്ന കവിത:

എലിയോട്ടും മലയുടെ കീഴിൽ
നദിയൊഴുകും മുടിയുടെ നേരെ
കൊതിയേറ്റം കയില്ല പറഞ്ഞൊരു
കടവത്തെ തോണിക്കൊമ്പിൽ
കുത്തിരുന്നെന്തിനു ചുമ്മാ
വെയിൽകായും മീനുണ്ണികളെ
ഒളികണ്ണാ നോട്ടമിടുന്നു.

എന്നിങ്ങനെയാണ് വികസിക്കുന്നത്. കുഞ്ഞുമനസ്സുകളുടെ അടിത്തട്ടിൽ കവിതയുടെ നീരൊഴുക്കു പടർത്താൻ പോന്ന ഇത്തരം വരികളാൽ സമ്പന്നമാണ് പ്രസ്തുത പുസ്തകം.

ഓണം എന്ന കവിതയിൽ:

ഓണത്തിനഞ്ചാറു പൂക്കൾ പറിക്കുവാൻ
ഓണത്തിരയുടെ പെണ്ണുവന്നു
പെണ്ണു കിളിച്ചുണ്ടു തേച്ചു ചുവപ്പിച്ചു
വെണ്ണീറിലെന്തോ തിരഞ്ഞുടഞ്ഞു.

ഓണനിലാവുള്ള ചിങ്ങമാസത്തിലെ
ഓണമുണ്ണുന്നവരൊന്നു ചേർന്നു
നാണമില്ലാതെ നാനാഴിയിരക്കുന്ന
നാണിയമ്മൂമ്മയും കൂടെ വന്നു.

കാറൊഴിഞ്ഞ് വറുതിയൊടുങ്ങുന്ന ആവണിയിലെ ദരിദ്രജീവിതകഥാപാത്രങ്ങളെ പ്രാസം തുളുമ്പുന്ന തെളിഞ്ഞ ഭാഷയിലാണ് അവതരിപ്പിക്കുന്നത്. പറയിപെറ്റ പന്തിരുകുലത്തിലെന്നോണം നാണമില്ലാത്ത നാണിയമ്മയെ കൂടി ഉൾക്കൊള്ളുന്ന സാർവ്വജനീനമായ സമീപനം ഈ കവിതക്കുണ്ട്.

'പൊലി' എന്ന കവിതയിലെ

കൊച്ചരിമുല്ലപ്പൂവേ നിന്നുടെ പച്ചപിടിച്ച വിചാരങ്ങൾ
പിച്ചകമാലയണിഞ്ഞവൾ നൽകിയ
പച്ചില വള്ളിയിലേതാണ്?.

എന്നീ വരികൾ ചങ്ങമ്പുഴയും ഇടശ്ശേരിയും ഒഎൻവിയുമൊക്കെ താണ്ടിയ ഗ്രാമ്യസംവാദങ്ങളുടെ ചില്ലപ്പടർപ്പുകളിലേക്ക് ചേക്കേറുകയാണെന്നു കാണാം.

അത്തത്തിനപ്പുക്കൊരാളുവന്നു
ചിത്തത്തിലുള്ളൊരു സ്വപ്നമായി
കത്തിച്ചുവെച്ച നിലവിളിക്കിൽ
മത്താപ്പു പൂത്തിരി പാട്ടുപാടി.

ഉച്ച എന്ന കവിതയിൽ ആതിഥ്യമര്യാദയെ തോറ്റിപ്പാടുന്ന ഈ നാലുവരികൾ ഇന്നത്തെ ഇളം മനസ്സുകളിൽ കുത്തോളങ്ങൾ നെയ്യാതിരിക്കില്ല.

കുയ്യാന എന്ന കവിതയിൽ;

അണ്ണാറക്കണ്ണാ മാവിന്റെ കൊമ്പത്ത്
തൊണ്ണൂറുമാങ്ങകളെണ്ണി നോക്കി.

എന്നിങ്ങനെ, ഈ ലോകത്ത് കുഞ്ഞു ജീവികൾ വ്യാപരിക്കുന്ന ലോകത്തിന്റെയും അവസ്ഥകളുടെയും വിസ്തൃതി വ്യക്തമാക്കിത്തരുന്നു.

മൈന എന്ന കവിതയിൽ

കാറ്റേ നീയെൻ സിരകളെ ഉത്സവമേളം കൊണ്ട് നിറച്ചീടിൽ
ഞാനുമൊരോമൽക്കിളിയായോണ-
പ്പാട്ടുകൾ പാടി രസിക്കുലോ.

പ്രകൃതി പ്രതിഭാസങ്ങളുടെ പാരസ്പര്യവും ജീവിതത്തിൽ അവ നിറയ്ക്കുന്ന സംഗീതവും ഈ വരികളിൽ തെളിയുന്നുണ്ട്.

വെള്ളച്ചിറകുള്ള ചങ്ങാതി
വെള്ളത്തിലേക്കെന്നെ കൂട്ടാമോ
വെള്ളത്തിലാശ പെരുത്താശ
കള്ളമല്ലാ എന്റെ മീനാക്ഷി.
മീൻ വെള്ളത്തിലെന്റൊരു മൂത്ത ചേട്ടൻ
പൊന്മാനിറങ്ങി നടപ്പുണ്ട്
ചേട്ടനോടെങ്ങാൻ പറഞ്ഞുപോയാൽ
പൊള്ളുന്ന തല്ല് കൊള്ളുന്ന മിച്ചം

ജീവിതത്തിലെ പ്രാഥമികമായ ഇച്ഛകളുടെ സാക്ഷാത്ക്കാരത്തിനു പോലും ചിലപ്പോൾ വരാവുന്ന വിഘ്നങ്ങൾ, തിരിച്ചറിവുള്ളവരുടെ താക്കീതുകളുടെ ധനാത്മകത, എന്നിവ മുറ്റി നിൽക്കുന്ന ഈ വരികൾ ഇന്ന് അന്യം നിന്നു പോയ്ക്കൊണ്ടേയിരിക്കുന്ന തിരുത്തിന്റെ നല്ല പാഠങ്ങളെ അനാവരണം ചെയ്യുന്നു.

കേവലമായ ഫാന്റസിയുടെ പൊങ്ങു ലോകത്തും, അതിശയോക്തി പരമായ അപകടങ്ങളിലും തളച്ചിടപ്പെട്ട് ആത്മശോഷണം നേരിടുന്ന നമ്മുടെ ബാല്യങ്ങൾക്ക് വിനയബോധത്തിന്റെയും, നിരീക്ഷണ സാമർത്ഥ്യത്തിന്റെയും, പ്രകൃതി സഹവാസത്തിന്റെയുമൊക്കെ ആത്മഹർഷം നിറഞ്ഞ പ്രകാശധാരയായി ഒരു വടവൃക്ഷം കണക്കേ നിലകൊള്ളുകയാണ് രാഘവൻ അത്തോളിയുടെ കുയ്യാന എന്ന മുപ്പതു ബാലകവിതകളുടെ സമാഹാരം.

(ചില്ല മാസിക 2015 നവംബർ)

ഭിന്ന പാരമ്പര്യങ്ങളുടെ ഇടിമുഴക്കങ്ങൾ

മുനിഞ്ഞുകത്തുന്ന ഒരു വിളക്കിന്റെശോകഭാവം; അഥവാ, പതിഞ്ഞ ശബ്ദത്തിലുള്ള രോദനത്തിന്റെ താളം-ഇവയാണ് മേലൂർ വാസുദേവന്റെ കവിതകളെ നിസ്വരുടേതാക്കി തീർക്കുന്നത്. നവോത്ഥാന മലയാളത്തിന്റെ കാവ്യപാരമ്പര്യത്തിലെ പദസമുച്ചയങ്ങളും ഭാവങ്ങളും പുതിയ തലത്തിൽ സാന്ദ്രീഭവിച്ച കവിതകളാണവ. വേദനയുടെ തുറന്നുപറച്ചിലുകളാണ് അദ്ദേഹത്തിന്റെ കവിതകളെ സത്യസന്ധവും ആർജ്ജവ സന്നിഹിതവുമാക്കിത്തീർക്കുന്നത്. പൂർണാ പബ്ലിക്കേഷൻസ് പ്രസിദ്ധീകരിച്ച 'ഇടം' എന്ന കാവ്യസമാഹാരം പ്രസ്തുത കാവ്യസപര്യയുടെ പ്രാതിനിധ്യരൂപമാകുന്നു.

ഇടത്തിലെ *ഒരു സന്ധ്യയുടെ ഓർമ* എന്ന കവിത, പ്രിയ കവി എൻ.എൻ. കക്കാടുമൊത്ത് ചെലവഴിച്ച ഏതാനും നിമിഷങ്ങളുടെ അനുസ്മൃതിയാണ്. ആശാന്റെ പ്രരോദനത്തെ ഓർമ്മിപ്പിക്കുന്നതാണ് ഈ രചന. വിലാപത്തിന്റെ നേർത്ത സ്വരം *വേനൽമഴ* എന്ന കവിതയിലും ഇടം തേടുന്നതു നോക്കുക.

വരണ്ട ഭൂവിൽ നെഞ്ചിൽ; വിതുമ്പുമിലച്ചാർത്തിൽ,
തരളം ലാസ്യം ചെയ്യുമാദ്യത്തെ വേനൽമഴ

ഇലച്ചാർത്തിന്റെ വിതുമ്പൽ ദയാവായ്പുള്ള ഒരു ഹൃദയത്തിനേ അനുഭവവേദ്യമാവുകയുള്ളൂ.

പിതൃസ്മരണ എന്ന കവിതയിൽ:

പണ്ടൊരു കർക്കിടകക്കരി സന്ധ്യയിൽ
നെഞ്ചുകലങ്ങിക്കരയും ത്രിസന്ധ്യയിൽ

എന്നു നാം വായിച്ചെടുക്കുന്നു. ഏറ്റവും ദീനമായ ഒരു മനുഷ്യന്റെ കാലത്തെയാണിവിടെ കവി കാണുന്നത്. മഴയുടെ വർണ വിവർത്തനങ്ങളല്ല; കർക്കിടകം കൊണ്ടുവുന്ന ഇല്ലായ്മയുടെ അവർണമാണ് ഇവിടെ കവിയുടെ തോഴൻ.

സരോദ് എന്ന കവിതയിലും വേപഥുവിന്റെ കദനം കാണാം.

പ്രവാസിതൻ ചിരവിരഹഗീതമോ?

കവിതന്നാത്മാവിൽ തിളയ്ക്കും ശോകമോ?

ഇവിടെ വേദനയുടെ മറുലോകമാണ് കവി ചിത്രണം ചെയ്യുന്നത്. വേദനയുടെ ഈ ഭൂഖണ്ഡങ്ങൾ തന്നെയാണ് മേലൂർ വാസുദേവന്റെ കവിതകളെ പഴമയുടെ തോറ്റമാക്കുന്നതും.

ശോകഭാവങ്ങൾ പെയ്യാൻ നിൽക്കുന്ന 'സരോദി'ൽ
കരളുരുകി നിന്നുയിർ തുടിച്ചുവോ?
വിരഹവേപമാർന്നെരിയുന്നു മൗനം.

എന്ന് മൗനമെന്ന മഹാശോകത്തെ പരിചയപ്പെടുത്തിത്തരുന്നു. 'സംക്രമപ്പക്ഷി'യിലാവട്ടെ.

പാടുകസംക്രമപ്പക്ഷി,
കരിമ്പാറക്കെട്ടിൽ തലതല്ലിയാർത്തു
കരയുന്ന കടൽ, മുഖം പൊത്തിതേങ്ങും
ദിഗന്തങ്ങൾ, ദൂരെ വിളറി നിൽക്കുന്ന
ഗഗനം, മാഴ്കുന്ന ദിനാന്തമാരുതൻ,
മുഷിഞ്ഞ മൂവന്തി; കടൽക്കരയിൽ നീ
വിഷാദാർദ്രമേതോ സ്മൃതികളിൽ മുങ്ങി
നെടുവീർപ്പിട്ടെങ്ങോ മിഴിയയക്കവേ
ഉടൽക്കൂട്ടിനുള്ളിൽ ഉയിർക്കിളി ദീനം
ചിറകടിച്ചിടറി നിന്നുവോ

സർവചരാചരങ്ങളിലും വേദനയുടെ സ്പർശമനുഭവിപ്പിക്കുന്ന *ചിത്തരോഗാശുപത്രിയിലെ സുഹൃത്തിന് സ്നേഹപൂർവ്വം* എന്ന കവിതയിലെ ഈ വരികൾ തന്നെ ശോകകാവ്യങ്ങളുടെ കിന്നരിച്ചില്ലയിൽ മേലൂർ വാസുദേവന് ഇടം ലഭിക്കാൻ പര്യാപ്തമാണ്. പിന്നെയും ഒരോണം എന്ന കവിതയും വ്യത്യസ്ത രീതിയിലായാലും ഇതേ അനുഭവത്തെയാണ് സമീപിക്കുന്നത്.

വായില്ലാക്കുന്നിലപ്പന് വാക്കുമില്ല നാക്കുമില്ലാ,
വേവലാതിപ്പെരുവെള്ളമിരമ്പീ നെഞ്ചിൽ
എന്നു തുടങ്ങി..........................
ആരവരാണ് നീനിന്നെന്നാൽ നാഥനില്ലാത്തവൻ,
നാട്ടാർ പാവം നിന്നെ അതിക്രൂരം പ്രാകുന്നുണ്ടാകും.

എന്നിങ്ങനെയുള്ള വരികൾ നിന്ദാസ്തുതിയുടെ വക്കോളമെത്തുന്നു.

നിളയ്ക്കൊരു നിലവിളിപ്പാട്ട് എന്ന് കവിതയ്ക്കു തലക്കുറി നൽകുവാൻ ചിരജ്ഞാനിയായ ഒരു കവിയുടെ ആർജവത്തിനു മാത്രമേ കഴിയൂ.

ഇങ്ങനെ വായിച്ചുവരുമ്പോൾ ശോകഭാവമാണ് മേലൂർ വാസുദേവന്റെ കവിതകളുടെ മുഖ്യമുദ്ര എന്നേ അർത്ഥമാക്കുന്നുള്ളൂ. ഇടം എന്ന സമാഹാരത്തിലെ മറ്റു കവിതകളിൽ നിന്നും സമ്മോഹനമായ പുതുഭാവങ്ങൾ അനുഭൂതിദായകമാം വിധം അനുഭവവേദ്യമാകുന്നത് കാണാം.

ദമ്പതീസ്നാനം എന്ന കവിത കേൾക്കൂ,
നീൾവിരൽത്തുമ്പാലെന്റെ ചുമലിൽ തലോടിനീ
നീരവമെന്തേ നിന്റെ മിഴികൾ മന്ത്രിക്കുന്നു
ഓമനേ, ചാരത്തു നീ ചേർന്നിരിക്കവേ, സ്വപ്ന
ചാരുത വീണ്ടും നെഞ്ചിൽ പീലികൾ നീർത്തുന്നുവോ

പ്രണയത്തിന്റെ ആർദ്രഭാവങ്ങളാണ് ഈ വരികളിൽ ആറ്റുവഞ്ചിപോലെ ആന്ദോളനം ചെയ്യുന്നത്. ഒരു സംഘഗാനത്തിന്റെ ധ്വനിസാന്ദ്രതയനുഭവിപ്പിക്കുന്ന പുതിയ പാണൻ എന്ന കവിതയിൽ;

ഒരു പുതുരാഗപ്പകിലിനെപ്പുൽകി
ഉതകും ജീവനിലുണർവുകൾ പാകി
തുടിച്ചു പാടിയിന്നുറയുന്നു വാക്കിൻ
കടത്തുതോണിയിൽ പുതിയ പാണനാർ
എന്ന് നിസ്സഹായതയെ കുടഞ്ഞുകളയുന്നുണ്ട് കവി.
തൊട്ടിലിൽക്കിടന്നു നീയോമനേ,
പീലിക്കൺകൾ ഇത്തിരിയടച്ചൊന്നു മയങ്ങിക്കിടക്കുമ്പോൾ
പട്ടിളം മെയ്യിൽ മെല്ലെത്തഴുകി,
സ്നേഹാർദ്രമാ നെറ്റിയിൽ നവമുദ്ചുംബനമേകട്ടെ ഞാൻ.

എന്ന വരികളാവട്ടെ മറ്റൊരു ലോകത്തിന്റെ ചിത്രണവും ഈ കവിക്കിണങ്ങും എന്നതിന്റെ വ്യക്തമായ സൂചനകൾ നൽകുന്നു.

മടക്കം എന്ന കവിതാരചനയുടെ ഒരപൂർവ്വ വിസ്മയമാണു സൃഷ്ടിക്കുന്നത്.

അരിയ സ്വപ്നത്തിൽ തരളിതമാകും

ഹരിതഭൂമിതൻ മടിയിലേക്കല്ല.
നിനവിന്റെ നീറ്റം ചുഴിയിലേക്കല്ല.
നിലാവ് പാടുന്ന പടവിലേക്കല്ല.
മടങ്ങുന്ന മൂകം, തിടംവെച്ച ഗോരിൽ
കടത്തുതോണിയിലുയിരിന്റെ കണ്ണീർ-
ക്കടലുകൾ താണ്ടി അപാരത പുൽകും
അവബോധത്തിന്റെ കടലിലേക്കു ഞാൻ.

ഈ പ്രഖ്യാപനം പോരാളിയെ ഒരു കവിക്കുമാത്രം ചേർന്നതാണ്

മേലൂർ വാസുദേവന്റെ പല കവിതകളിലും പുനലൂർ ബാലന്റെ കവിതകളുടെ ചടുതലയും ഒ.എൻ.വിക്കവിതകളുടെ സ്നിഗ്ധതയും പി.ഭാസ്ക്കരന്റെ പാട്ടുകളുടെ ഓളപ്പരപ്പും അനുഭവപ്പെടുന്നുണ്ട്. എന്നാലിത് ഒരനുകരണത്തിന്റെ ചെറുപ്പമായല്ല, വ്യത്യസ്ത പാരമ്പര്യങ്ങളുടെ തുടർച്ചയായാണ് നിലനിൽക്കുന്നത്. രാത്രി, ഷെഹനായ് പാടുന്നു. സഹനം, വാർത്താവിശേഷം, എന്നീ കവിതകളിലോരോന്നും വ്യത്യസ്ത പ്രമേയങ്ങളുടെ പീലിപ്പെരുമയാൽ മനോഹരമാണ് - ഇതിൽ 'രാത്രി' ഇടർച്ചയില്ലാത്ത ഒരൊറ്റപ്പെയ്ത്തിന്റെ ശിലാരൂപമാണ്.

ഇത് ബിസ്മില്ല തൻ ഹൃദയത്തിൽ
പതയുമേകാന്ത വ്യസന സങ്കല്പം
വിരലും വീർപ്പുമിന്നൊരു മുളന്തണ്ടിൽ
മുറിവുകളിലൂടുണർത്തുമുത്സവം.

ഒരു മഹാഗായകനെ ഇതിൽക്കവിഞ്ഞ മിതത്വത്തിൽ എങ്ങനെ ചിത്രണം ചെയ്യും? 'മഴ' എന്ന കവിതയിലാവട്ടെ, പെയ്തു തീരുന്നത് ജീവിതത്തിന്റെ സമസ്തഭാവങ്ങളുമാണ്. മഴ, രാത്രി എന്നീ രണ്ടു കവിതകളും ക്ലാസിക്കൽ തലത്തോട് ഉരുമ്മി നിൽക്കുന്നു.

പൊതുവിൽ പറഞ്ഞാൽ, *ഇടത്തിലെ* കവിതകളത്രയും ക്ഷമാശീലനായ ഒരാളുടെ സാധനയോടുമാത്രം പ്രതികരിക്കുന്നവയാണ്. ഉമിയായ് നീറുന്നതിന്റെ സൗന്ദര്യമാണിവ എന്നതിനാൽത്തന്നെ അലസവായനയോട് ഇവ കലഹം ചെയ്യുമെന്നു തീർച്ചയാണ്. അൻപതു കവിതകളടങ്ങിയ ഇടം എന്ന സമാഹാരത്തിൽ പാബ്ലോ നെരൂദയുടെയും വാൾട്ട് വിറ്റ്മാന്റെയും കവിതകളുടെ വിവർത്തനവും ഉൾക്കൊള്ളിച്ചിട്ടുണ്ട്.

(അക്ഷര കൈരളി 2012 ആഗസ്റ്റ്)

സത്യചന്ദ്രൻ പൊയിൽക്കാവിന്റെ കാവ്യജീവിതം ജീവിത പര്യടനത്തിനുള്ള ദിശാസൂചികൾ

ചിരപരിചിതമായ വഴികളിലൂടെ നമ്മെ നടക്കാൻ കൂട്ടിക്കൊണ്ടു പോയി വഴിത്തിരിവുകളിലെ അമ്പരിപ്പിക്കുന്ന സത്യങ്ങളാൽ നമ്മെ ജ്ഞാനികളാക്കുന്ന വിസ്മയപൂർണ്ണമായ കാവ്യജീവിതമാണ് സത്യചന്ദ്രൻ പൊയിൽക്കാവിന്റേത്. തികച്ചും സാധാരണമായ കാഴ്ചകളിലെ അസാധാരണമായ പൊരുളുകൾ നമുക്കായി കാത്തുവെക്കുന്നേടത്താണ് ഇദ്ദേഹത്തിന്റെ കവിതകൾ കരുത്തിലേക്ക് കുതിക്കുന്നത്. സത്യചന്ദ്രന്റെ പത്താമത്തെ കവിതാ സമാഹാരമായ 'പന്താട്ടം' ജീവിതത്തിന്റെ ശ്ലഥചിത്രങ്ങളിലെ വർണാവർണങ്ങൾ നിരത്തിവെച്ച് ജനാധിപത്യമായൊരു സർഗജീവിതം അനുശീലിക്കാൻ നമ്മെ പ്രേരിപ്പിക്കുന്നതാണ്. ഒലീവ് ബുക്സാണ് പുസ്തകം പ്രസിദ്ധീകരിച്ചിരിക്കുന്നത്.

മണ്ണും നിഴലും കുമിളയുമൊക്കെയായുള്ള നിത്യജീവിത സാമീപ്യങ്ങളിലൂടെ സഞ്ചരിച്ച് അത്ഭുതകരമായ കണ്ടെടുപ്പുകൾ നടത്തിക്കൊണ്ടിരിക്കുന്ന സത്യചന്ദ്രന്റെ കാവ്യജീവിതം ശാസ്ത്രരംഗത്തെ

എഡിസന്റെ മറുകാഴ്ചയായി പരിണമിക്കുന്നു. പന്താട്ടത്തിലെ അവളും തൊട്ടാവാടിയും ആകാശവും എന്ന കവിത ആഭിജാത ജീവിതത്തെ തിരസ്ക്കരിക്കുമ്പോൾ വീണ്ടുകിട്ടുന്ന മൂല്യങ്ങളുടെ പങ്കുവെക്കുകയാണ്. ത്യാഗികളുടെ ഓർമകൾപോലും നിസ്സംഗത വെടിയാൻ നമ്മെ പ്രാപ്തമാക്കുന്നുണ്ടെന്നുമാവാം ഈ കവിതയുടെ സമാന്തര പാഠം. പന്താട്ടം എന്ന കവിതയിൽ.

ആരുടെ ഭാഗത്തും
സ്ഥിരമായി നിൽക്കാനാവാത്ത
ശരീരഘടനയാലേ
ഉരുളുകയായിരുന്ന ഞാൻ
ഒരിക്കലെങ്കിലും
വിശക്കുന്നവന്റെ മുന്നിലേക്ക്
ഒരു കായപ്പമായി ഉരുണ്ടുപോവണമെനിക്ക്
അല്ലാതെ എന്തു പന്തുജീവിതം.

നിങ്ങൾ എന്തു ചെയ്യാൻ പോവുന്നതിനും മുമ്പ് ഒരു നിമിഷം ജീവിതത്തിൽ കണ്ടിട്ടുള്ളതിൽ വെച്ച് ഏറ്റവും ദീനനായ മനുഷ്യന്റെ മുഖം ഓർക്കുക. എന്നിട്ട് അയാൾക്കുകൂടി ഉപകാരപ്രദമാംവിധം നിങ്ങൾ ഉദ്ദേശിച്ച പ്രവർത്തി ചെയ്യുക എന്ന ഗാന്ധിജിയുടെ പ്രസിദ്ധമായ വചനം അനുസ്മരിപ്പിക്കുക കൂടിയാണ് ഈ കവിത. *ബ്രഹ്മാവും കോഴികളും* എന്ന കവിത തുന്നിയിടുന്ന ആക്ഷേപഹാസ്യത്തിന്റെ ആകാശം ഭോഗാസക്തമായ ഏതൊരു മനസ്സിനെയും ഇത്തിരിക്കൂടി വലുതാക്കാതിരിക്കുക വയ്യ.

ഞാനൊരു ശില്പിയായിരുന്നെങ്കിൽ
കരയുന്ന ഒരു ദൈവത്തെ
സൃഷ്ടിക്കുമായിരുന്നു.
എനിക്കും നിനക്കുമിടയിൽ
കാലത്തിനഭിമുഖമായി.

ശില്പി എന്നു പേരുള്ള ഈ കവിത സംസ്കരിച്ചെടുക്കുന്ന ചിന്തകൾക്ക് എന്തുമാത്രം വ്യാപ്തിയാണെന്ന് ആസ്വാദക മനസ്സ് അതിശയിക്കുക തന്നെ ചെയ്യും.

എന്നാൽ നിങ്ങളെക്കൊണ്ടും
ആത്മകഥയെഴുതിക്കും
ചില പത്രാധിപന്മാർ
ഓണം കഴിഞ്ഞാലും

തുങ്ങിക്കിടക്കും.
വൈദ്യുതി കമ്പികളിൽ
ചത്ത വവ്വാലുകളെപ്പോലെ.

നിയമം എന്ന കവിതയിലൂടെ അനാപ്പാദനം ചെയ്യപ്പെടുന്ന ആജ്ഞാപിക്കുന്ന ഈ ചെറിയ മനുഷ്യരുടെ പെരുക്കത്തെ ശ്രദ്ധിക്കുക.

അമ്മയില്ലാത്ത വാത്സല്യം
മമ്മിയാകുന്നു മലയാളം

കുഞ്ഞുണ്ണിമാഷെയും ചെമ്മനത്തെയും പിന്തുടരുന്ന കാവ്യായന മാണ് മലയാളം എന്ന കവിതയുടെ തുടിപ്പ്.

ഈ വഴിയൊരു യാത്ര ഇനിയില്ലയെങ്കിലി

-ന്നിടയുന്നതെന്തിനെൻ തോഴാ തുടങ്ങിയ വരികൾ (ഓർമ്മയില്ലെ ന്ന്) താണ നിലങ്ങൾ വിട്ട് ചിറകടിച്ചുയരാൻ ഏതൊരു മനുഷ്യനെയു മുണർത്തുന്നു. മഹാസങ്കടങ്ങളെ ഒഴിവാക്കാനുള്ള ഒറ്റമൂലിപ്രയോഗങ്ങ ളുമാണവ.

രാവിലത്തെ നടത്തത്താൽ
ഒരു തൊഴിൽ രഹിതർ
ദേവാലയം പണിയുന്നു.

-നിസ്വരുടെ പതിവുകളിലെ ധനാത്മകത ആവിഷ്ക്കരിക്കാനാവാം ഈ വരികൾ വെമ്പുന്നത്.

അമ്മ പഴയൊരു വാക്കാണ്/അർത്ഥം മനസ്സിലാവാൻ/വീണ്ടും ഒരു കുട്ടിയാവണം/സ്കൂളിൽ നിന്നുള്ള വഴിയിൽ മഴകൊള്ളണം/ഒരു തുമ്മലോ പനിയോ വരണം (അമ്മ) അമ്മസങ്കല്പങ്ങൾ തന്നെ കീഴ്മേൽ മറിക്കപ്പെടുന്ന ഇക്കാലത്ത് കേവലമായ ഒരോർമ്മപ്പെടുത്തൽ പോലും പ്രസക്തമാണ് എന്ന യാഥാർത്ഥ്യത്തിൽ നിന്നു മാവണം ഈ കവിത വായിക്കേണ്ടത്.

സുഹൃത്തേ/എന്റെ കവിതകൊണ്ട് നീ കഞ്ഞിവെക്കുന്നതെന്തിന്?/ അയൽക്കാരന്റെ നീരസത്തിൽ വിളറിയതാണവ/ കാമുകിയുടെ പ്രതി കരണത്തിൽ പതറിയതാണവ/അദൃശ്യനായ ദൈവത്തോട് യാചിച്ച് / നാണം കെട്ടതാണ്/കൊടുങ്കാറ്റുകളെ ധ്യാനിച്ച് കാത്തിരിക്കുന്നതാണ്/ നിനക്കൊരിക്കലുമത് ദഹിക്കില്ല. (എന്റെ കവിത) നെരുദയുടെ 'ചില കാര്യങ്ങളുടെ വിശദീകരണ'ത്തെ അനുസ്മരിപ്പിക്കുന്ന ഉന്നത നിലവാ രമുള്ള ഇത്തരം രചനകൾ മുമ്പ് 'ഗംഗയല്ല മഹാനദി'-യിലൂടെയും മറ്റും സത്യചന്ദ്രനിലൂടെ പ്രകാശിതമായിട്ടുണ്ട്.

പ്രാർത്ഥനകളും പ്രതിജ്ഞകളുമില്ലാത്ത, പോരാട്ടവും മുന്നേറ്റവും അപഹസിക്കപ്പെടുന്ന, രാഷ്ട്രീയത്തെ കുടിയിറക്കാനുള്ള പരിശ്രമങ്ങളോടഭിമുഖം നിന്ന് വലുതാവുമ്പോഴറിയാം ചെറുപ്പത്തിന്റെ വലിപ്പം എന്ന് നമ്മെ ഉണർത്തുന്നുണ്ട് സത്യചന്ദ്രൻ പൊയിൽക്കാവിന്റെ കവിതകൾ. ഇവ ജീവിത പര്യടനത്തിനായുള്ള ഉത്സാഹപ്പെടുത്തലുകളും നിസ്സഹായർക്കുള്ള വെളിച്ചം നീട്ടലുകളുമാവുന്നു.

(ചില്ല മാസിക 2020 ജൂൺ)

ഭൂഖണ്ഡങ്ങളിലേക്ക് ഇറങ്ങിപ്പുറപ്പെടുന്ന കവിത

ആത്മത്യാഗനിർഭരമായ ആധുനിക സോഷ്യലിസ്റ്റ് കവിതകൾ പ്രതിനിധാനം ചെയ്യുന്ന വ്യാഖ്യാനാതീതമായ സൗന്ദര്യവും, പിന്മടങ്ങാത്ത ജീവിതവാഞ്ഛയും പുനർജനിച്ച കവിതകളാണ് ഷെൽവിയുടേത്. അദ്ദേഹത്തിന്റെ കവിതാസമാഹാരം ഉറന്നൊഴുന്ന ലാവാപ്രവാഹം അജ്ഞാതമായ ഏതിന്റേയോ സാന്നിധ്യത്തിലേക്ക് നയിക്കുന്നു. വർഗ്ഗീസിനെയും ചെഗുവേരയെയും കാവ്യപദത്തിലേക്കുയർത്തുന്ന ഭാവന ഷെൽവിയുടെ ഗാഢമായ രാഷ്ട്രീയം പൊഴിക്കുന്ന സുഗന്ധമാവാം. ജീവിതം കവിതയാക്കുന്നവർക്കുമേൽ ഈ സത്യവാങ്മൂലം നറുപുഷ്പങ്ങളായി പൊഴിയുകയാണ്.

യാത്രാവേളകളിൽ ഞൊടിയിടയിൽ കടന്നുപോയി, പിന്നീട് ഓർമകളായി പുനർജനിക്കുന്ന ചിത്രങ്ങളുടെ ശകലീകൃത സ്വഭാവമാണ് അദ്ദേഹത്തിന്റെ കവിതകളിൽ അനുഭവിക്കാനാവുക.

ഒടുവിൽ ഒരു കമ്പ്യൂട്ടറിന്റെ മെമ്മറിയിൽ
എന്നെ സൂക്ഷിച്ച്, നീയുറങ്ങാൻ പോയി

(മറന്നു പോയ എന്തോ ഒന്ന്)എന്ന് ഷെൽവി എഴുതുമ്പോൾ സറ്റയർ ഒരു മരവിപ്പിനെക്കൂടി നമുക്കായി കാത്തുവെക്കുന്നത് കാണാം.

ഒരുവൻ മാവിൽ കെട്ടിത്തൂങ്ങി.
അഥവാ മാവോവിൽ (അടിപൊളി മരണങ്ങൾ)-

ഇതുപോലുള്ള വരികൾക്ക് വ്യാഖ്യാനമെന്തിനെന്നു തോന്നാം. രാഷ്ട്രീയം ജീവശ്വാസമായവരുടെ ലോകത്തിലേക്ക് പ്രവേശന ശീട്ടായി ഇതു സ്വീകരിക്കുകയുമാവാം.

പുസ്തകങ്ങളുടെ മഹാചിതയിൽ ഒരു പുഴ ജീവനോടെ എരിക്കപ്പെട്ടു (അടിപൊളി മരണങ്ങൾ)

ഈ വരികളിൽ നിരൂപകമാത്ര ജീവിതത്തെ പരിശോധിക്കുന്നുണ്ട്, കവിത.

നർമം ഒരു മഹാ ആയുധമാണ്. ഒരു തുള്ളി രക്തം ചിന്താതെ നിങ്ങൾക്ക് അതിലൂടെ മുഴുവൻ എതിർപ്പും രേഖപ്പെടുത്താമെന്ന് ഏതോ വലിയ മനുഷ്യൻ പറഞ്ഞുവെച്ചിട്ടുണ്ട്. ഷെൽവിയുടെ രചനകളിൽ കാണുന്ന ചിരിയുടെ അലകൾ നമ്മുടെ എവിടെയൊക്കെയോ തണുപ്പിച്ചും ഉണർത്തിയും മുന്നോട്ടു പോവുന്നു.

ധ്യാനവും മൗനവും കമ്പ്യൂട്ടർ പഠിപ്പിക്കുന്നു.
64 കലകളും പ്രദർശിപ്പിക്കുന്നു.

..
ഒടുവിൽ കുളിപ്പിച്ചു കിടത്തുന്നു (നിർജീവം)

നിശബ്ദരാവാൻ അനുശീലനം തേടുന്നവരുടെ ആത്യന്തിക പരിണതി ശീർഷകമില്ലാത്ത ശാശ്വതത്വമാണെന്നാണോ ആവോ ഇവിടെ കവി ഉദ്ദേശിച്ചത്?

സൂതികർമിണി വരുംമുമ്പേ
അപ്രതീക്ഷിതമെങ്കിലും
കമ്പ്യൂട്ടറിൽ നിന്നും
സസുഖം വരവായി ഒരു ചാപിള്ള

എന്ന് അനായാസേന മരണം തരാൻ ഉളുപ്പില്ലാത്ത ഒരു കാലത്തെ ഷെൽവി പരിചയപ്പെടുത്തുന്നു.

ദൈവങ്ങൾക്ക് ചെരിപ്പ് അലർജിയാണ്
പ്രജയുടെ ചെരിപ്പ് രാജാവിനും (ചെരിപ്പ്-ചില പ്രസ്താവനകൾ)

ദൈവം നേരെത്തേ തന്നെ സർവ്വവ്യാപിയായതിനാൽ
നടത്തം തന്നെ അപ്രസക്തം.
രാജാവെന്തിനു യാത്ര ചെയ്യണം.
തുടർഭരണം നിലയ്ക്കാത്ത സ്വപ്നമാവുമ്പോൾ?

ഞാൻ അനാഥനാകുന്ന നേരം
ദൈവമെന്നെ ഉപേക്ഷിച്ചത്
നിന്നിലേക്കാണ്,

[illegible] ഒരു കവിതയിൽ [illegible] [illegible] [illegible] നമുക്കു കാണാം.

വെട്ടേറ്റ് വീഴുമ്പോൾ പാവം,
വയസ്സനായ മഹാഗണി ഓർത്തില്ല
ബീഥോവൻ തന്നെ തൊടുമെന്ന് (ഒരു പിയാനോവിന്റെ ഓർമ്മയ്ക്ക്)

എന്നീവരികളും

അവരുടെ കവിത മറ്റൊരടുക്കളയിൽ
കരയുകയാണ്, അരയുകയാണ് (മിക്സിയും മാക്സിയും)

തുടങ്ങിയ കവിതാശകലങ്ങളും സമർപ്പിത ജീവിതങ്ങളുടെ ധനാത്മകതയെ ഘോഷിക്കാൻ മെനക്കെടുന്നുണ്ട്.

ഉദ്യാനവെയിൽ
ഒഴിഞ്ഞ വീടുകളാലലങ്കരിച്ച
സമുദ്രതീരത്തെ
പരോൾദിനങ്ങൾ

എന്ന കവിതാശകലം ആരു കുടഞ്ഞെറിയാനാവശ്യപ്പെട്ടാലും തുത്തുമാറ്റാനാവാത്ത പൊതുജീവിതത്തിന്റെ സാന്നിദ്ധ്യമായിത്തീരുന്നു.

പ്രണയം
സർപ്പശയ്യക്കുമീതെ
വിഷദംശനമേൽക്കാതെ
സ്വപ്നം കാണലാണ് (സഖാവിനോടുള്ള കുമ്പസാരങ്ങൾ)

എന്നതിൽ നിന്നും, അഭ്യസിക്കേണ്ട വിരുതല്ല; സമർപ്പണമാണ് പ്രണയമെന്നും അതിനു സിദ്ധിയില്ലെങ്കിൽ വശംകെടേണ്ടതില്ല എന്ന സാമൂഹ്യപാഠവും ലഭിക്കുന്നില്ലേ?

ലോകം നിലവിളിച്ചുകൊണ്ടിരുന്നപ്പോൾ
അതറിയാതൊരു കുരുന്നിലയുടെ
സ്വസ്ഥനിദ്രയിലേക്ക് വഴുതിവീണ
എനിക്കു നീ മാപ്പു തരിക (സഖാവിനോടുള്ള കുമ്പസാരം)

എന്ന കവിത ആത്മകഥാകാരന്മാർക്കുള്ള പ്രഹരമാണോ എന്നു തമാശയെങ്കിലും ചോദിച്ചു മനസ്സിലാക്കാൻ ഷെൽവി ഇന്നില്ലല്ലോ.

നിന്റെ മൗനം/ഒരായുസ്സിന് ആവരണമണിഞ്ഞ/വിലാപവസ്ത്രം
ഗർഭപാത്രത്തിൽ വെച്ചേ/ഭ്രൂമിയിൽ നിന്നും താമസം മാറ്റിയ/

നീയായിരുന്ന എന്റെ കൊച്ചേച്ചി.

കൂട്ടുകാരില്ലാത്തൊരു കുട്ടി/ചന്ദ്രനു കത്തുകളെഴുതുന്ന (വീട്)-

തുടങ്ങിയ വരികളിൽഊറിക്കൂടിയ ബന്ധങ്ങളുടെ തെളിമയും പ്രസക്തിയും ഓരോരുത്തരും തുരുത്തുകളായിത്തീരുന്ന കാലത്തോടു കണക്കു പറയുന്നവ തന്നെയാണ്. *തക്കാളിപ്പഴങ്ങൾ നട്ടുച്ചയെ/ആർദ്രമായൊരു ശാന്തിഗീതത്തിൽ കഴുകുന്നു/*

കണ്ണിമാങ്ങകൾക്കുള്ളിൽ നിന്ന്/ഇളം പച്ചനിറത്തിൽ തേങ്ങലുയരുന്നു.

കടലിനും കാറ്റിനും ജാലകക്കമ്പിക്കും/പനിനീരിന്റെ ഒരേ മണം

തുടങ്ങിയ വരികളിൽ അഭൗമസൗന്ദര്യം മുറ്റിനിൽക്കുന്നു.

മണ്ണിന്റെ മുറിവുകളിലിരുന്ന്

തവളകൾ മാത്രം കരഞ്ഞുകൊണ്ടിരുന്നു.

കീറച്ചാക്കുകൾക്കും

സദാ ആടിക്കൊണ്ടിരിക്കുന്ന തുലാസുകൾക്കുമിടയിലൂടെ

ഒരു സൽസ്വഭാവിക്കു ഭ്രാന്തുവരുന്നു

പിന്നീടവൻ ദൈവത്തെപ്പോലെ മിണ്ടാതാവുന്നു

(ആത്മക്കുറിപ്പുകൾ)-

തുടങ്ങിയവയാകട്ടെ കച്ചവടവൽക്കരിക്കപ്പെടുകയും അനീതിഗ്രസ്തമാവുകയും ചെയ്യുന്ന ജീവിതാവസ്ഥകളിൽ നിസ്വരുടെ പ്രതികരണങ്ങളായി ആവിഷ്കൃതമാവുന്നു.

മുറിവുകളുടെ മഴയെ/എന്റെ വാഴയില/അതിജീവിക്കുന്നതാണത്ഭുതം/

പ്രതിരോധത്തിന്റെ സന്നാഹങ്ങൾ/എത്ര നേർത്തതിനെയും/സമാഹരിക്കുന്നു.

എന്നീ വരികൾ ചെറുത്തുനിൽപ്പിന്റെ സമുദ്രവിസ്താരവും ആകാശവിതാനങ്ങളും തുന്നിയിട്ട് നമ്മെ കരുത്തുറ്റവരാക്കുന്നു. ആത്മത്യാഗത്തിന്റെ വർണ്ണങ്ങളെ കവിതയിലേക്കു ഭാഷാന്തരം നടത്തുന്ന:

ഈറക്കാടുകളുടെ കരച്ചിലാണ് ഞാൻ പകർന്നത്?

എങ്കിലെന്ത്?

എന്റെ ജന്മം

നിന്റെ ചുണ്ടിൽ സഫലമായല്ലോ (ആത്മക്കുറിപ്പുകൾ)

പച്ചപ്പിന്റെ ബൃഹദാഖ്യാനം നിർവ്വഹിക്കുന്ന, ആവർത്തനം കൊണ്ട് അനുഭവം കനപ്പിക്കുന്ന

തത്ത തത്ത
തത്ത തത്ത
തത്തകളെക്കൊണ്ട്
[illegible]

എന്നീ കവിതകളും ഈ പുസ്തകത്തിൽ നിന്നും അനുഭവിക്കാനാവും.

പ്രധാനരംഗത്ത് മൗലികതയുടെ മിന്നലാട്ടം അനുഭവിച്ച് നടന്നു നീങ്ങിയ ഷെൽവിയുടെ പ്രതിഭയുടെ വരമൊഴി സാന്നിധ്യമാണ്. നൗഷാദ് എഡിറ്റ് ചെയ്ത് മാതൃഭൂമി ബുക്സ് പ്രസിദ്ധീകരിച്ച ഷെൽവിയുടെ കവിതകൾ. ഇത് അദ്ദേഹത്തിന് നൽകാവുന്ന ഉചിതമായ യാത്രാമൊഴികളിലൊന്നാവുന്നു.

(ഒലീവ് പോസ്റ്റ് 2006 നവംബർ)

തിരുത്തുറയുന്ന ചിരിമൊഴികൾ

അനുദിനം പരീക്ഷണ വ്യഗ്രമാകുന്ന നമ്മുടെ കഥാലോകത്തു നിന്ന് പൊതുവിൽ ശോഷിച്ചു പോകുന്ന സാമൂഹ്യ വിമർശനത്തിന്റെ അംശങ്ങളെക്കുറിച്ച് സങ്കടപ്പെടുന്ന വായനക്കാരുടെ മുമ്പിലേക്ക് അടുത്തിടെ ഒരു കിളിവാതിൽ തുറന്നെത്തിയ കുറുങ്കഥകളുടെ മണിച്ചെപ്പാണ് ബാബുരാജ് കീഴരിയൂരിന്റെ, 'മഴയും പുഴയും പിന്നെ നിലാവും'. ജീവിതാഭിമുഖം നിൽക്കാൻ കെൽപ്പുകുറയുന്ന, ഭരണ-രാഷ്ട്രീയ വിമർശനം നേർത്തുവരുന്ന, എഴുത്തുകാരുടെ ഭൂമികയിൽ പ്രതിരോധത്തിന്റെ പരിച തീർക്കുന്ന കഥാസമാഹാരമാണിത്.

ജീവിച്ചിരുന്നപ്പോൾ കിളികളെ ഏറെയിഷ്ടപ്പെട്ട കവിയുടെ ചരമോപചാരത്തിനായി പൊട്ടിച്ച വെടിയിൽ വീണത് ഇതേ കിളികൾ തന്നെയായിരുന്നുവെന്ന് ബാബുരാജ് കീഴരിയൂർ എഴുതുമ്പോൾ നർമ്മത്തിന്റെ പീലിപ്പെരുമയുടെ സ്നിഗ്ധതയാണ് നാം അനുഭവിക്കുന്നത്. ഭരണകൂടത്തിന്റേയും ജീർണ സമൂഹത്തിന്റേയും നേർക്ക് കരികലക്കിയൊഴിക്കുന്നു സമരരൂപമാവുന്നു ഇവിടെ കഥ.

തന്നിഷ്ടക്കാരിയായ ഭാര്യയെ വരച്ചവരയിൽ നിർത്താൻ ഉദ്യമിച്ച ഭർത്താവ് പിന്നീട് തന്റെ വീട്ടിലും പരിസരത്തും കണ്ട വരകളുടെ മഹാഭൂപടത്തെ ചിത്രീകരിക്കുന്ന 'വര' എന്ന കഥ ആക്ഷേപഹാസ്യത്തിന്റെ കുഞ്ചൻ പ്രയോഗത്തിലേക്ക് കണ്ണിചേരുന്നു. കാൽനടയിൽ നിന്നും സൈക്കിളിലേക്ക് മാറി, സ്കൂട്ടറിലേക്കുയർന്ന് ബൈക്കിലേക്ക് വളർന്ന്

ആംബുലൻസിൽ തിടുക്കപ്പെട്ട് മടക്കയാത്ര നിർവ്വഹിക്കുന്ന മനുഷ്യരുടെ ദുര്യോഗമാണ് 'വേഗത' എന്ന കഥയിൽ ചിത്രണം ചെയ്യിരിക്കുന്നത്. വലുതാവുമ്പോഴറിയാം ചെറുപ്പത്തിന്റെ വലുപ്പം എന്ന് നമുക്കിവിടെ കൂട്ടിച്ചേർക്കാം. 'നീറി' എന്ന കഥയിലെ [illegible] വായനക്കാർ നേരിട്ട് അനുഭവിക്കേണ്ടതാണ് എന്നതിനാൽ അതിനെപ്പറ്റി ഈ ആസ്വാദനക്കുറിപ്പിൽ പരാമർശിക്കാൻ മിനക്കെടുന്നില്ല. വർഷങ്ങളായി ഉപയോഗിച്ചു കൊണ്ടിരുന്ന മൊബൈൽ ഫോണിലേക്ക് വൃദ്ധരായ രക്ഷിതാക്കളുടെ ഞരക്കം എത്താതിരിക്കാൻ നമ്പർ മരവിപ്പിച്ചു കളഞ്ഞ മകന്റെ സാമർത്ഥ്യത്താൽ നാം വെന്തുപോകും 'കലികാലം' എന്ന കഥ വായിച്ചാൽ.

കമ്പനികൾ നൽകുന്ന ബ്രാൻഡ് നമ്പറുകളും ഉപഹാരങ്ങളും മാത്രമായി ഒരു മനുഷ്യന്റെ വ്യക്തിത്വം ആത്മഹത്യ ചെയ്യുന്നത് 'ഇന്റർവ്യൂ' എന്ന കഥയിൽ നമുക്ക് അനുഭവിക്കാവുന്നതാണ്. 'പൊന്നും കരളും' എന്ന കഥ ചിരിയുടെ തിരമാലകൾ തന്നെ തീർത്തേക്കാം; തുടി ബുക്സ് പ്രസിദ്ധീകരിച്ച പ്രസ്തുത കഥാസമാഹാരത്തിലെ മരണം എന്ന കഥ പൂർണമായി ഇവിടെ പകർത്താം.

"മെഗാസീരിയലിലെ ദു:ഖപുത്രിയെ അനുകരിച്ചാണ് അവൾ ഫാനിൽ ചുരിദാറിന്റെ ഷാൾ മുറുക്കിയത്. കുരുക്കുപൊട്ടി താഴെ വീണ് നടുവൊടിഞ്ഞ് അവൾ ആശുപത്രി കിടക്കയിലായി.

ഇങ്ങനെയൊരു രംഗം സീരിയലിലുണ്ടായിരുന്നില്ല".

മനുഷ്യന്റെ നിസ്സാരതകൾ പുലമ്പുകയും അലമ്പുകളെ നിരന്തരം പുരസ്ക്കരിക്കുകയും ചെയ്യുന്ന മെഗാസീരിയലുകളെന്ന വിഷവൃക്ഷത്തിന്റെ തായ്‌വേരുകളിലേക്ക് പതിച്ച മഴുവാണ് ഈ കഥ. ഇത്തരത്തിൽ കറുത്ത ഹാസ്യം സൃഷ്ടിക്കുന്ന ഭൂഖണ്ഡങ്ങൾ ഈ കൊച്ചു സമാഹാരത്തെ ജ്ഞാനത്തിന്റെ ചിമിഴാക്കിത്തീർക്കുന്നു. കുചേലൻ, ഗാന്ധാരി എന്നീ കഥകൾ വിരുദ്ധോക്തികളിലൂടെ സാമൂഹ്യധർമ്മം നിർവഹിക്കുന്നവയാണ്. ഭൂതകാലത്തിന് നവീനമായൊരു വർത്തമാന ആഖ്യാനം നൽകി ജീവിതചാരുത പകരുയാണിവ. 'കടമ' എന്ന കഥയിലെ അമ്മയുടെ ചുമ ഏത് മഹാ ആഘോഷത്തിമർപ്പിലും നമ്മെ പിന്തുടർന്ന് താക്കീതു ചെയ്യാതിരിക്കില്ല.

സ്നേഹശൂന്യവും മര്യാദാരഹിതവുമായ കാലത്തിന്റെ ഇരകൾ എന്നും കുഞ്ഞുങ്ങൾ തന്നെ എന്നാവാം 'വിരുന്നുകാരൻ' എന്ന കഥ പറയാനുദ്ദേശിച്ചത്. നന്ദിയില്ലാത്തവരുടെ ശേഷക്രിയ മാനവികതയുടെ ധ്വംസനമല്ലാതെ മറ്റൊന്നുമല്ലെന്ന് 'തർപ്പണം' എന്ന കഥയിലൂടെ പറയാൻ ശ്രമിക്കുന്നുമുണ്ട്. "തടിയുണ്ടെങ്കിൽ തവിട് ഇരന്നും തിന്നാം" എന്ന

ഫലിതം ഓർമ്മിപ്പിക്കുന്ന 'വാഴക്കുല' വിവരാവകാശം വരെ എത്തി നിൽക്കുന്ന ജീവിത്തിലെ ധനാത്മകതകൾക്ക് സല്യൂട്ട് നൽകുന്നതാണ്. നിർവചനം, തിരിച്ചറിയൽ കാർഡ് എന്നീ കഥകൾ ശുദ്ധഹാസ്യത്തിന്റെ തരികളിൽ സമൃദ്ധമാകുന്നു.

എഴുത്തുകാരിൽ പലരും സാമൂഹ്യവിമർശനപാതയിൽ നിന്നും അകന്ന് അവരവരിസത്തിലേക്ക് ചേക്കേറുമ്പോൾ, ഭയവും പ്രീണനവും വെടിഞ്ഞ് തിരുത്തിന്റെ ചുവന്ന മഷിപ്പേന കൈമുതലാക്കി വെളിച്ചത്തിന്റെ പുതു ഭൂമികകൾ ചൂണ്ടിത്തരികയാണ് ബാബുരാജ് കീഴരിയൂരിന്റെ 'മഴയും പുഴയും പിന്നെ നിലാവും' എന്ന ക്യാപ്സ്യൂൾ കഥകൾ ചെയ്യുന്നത്. കഥാസാഹിത്യത്തിനും സാമൂഹ്യ വിമർശനത്തിനും മികച്ച സംഭാവനകളർപ്പിക്കുന്ന 47 കഥകളുടെ ഈ കുഞ്ഞു പുസ്തകം കരസ്ഥമാക്കുന്നതിൽ വായനക്കാർക്ക് ആഹ്ലാദിക്കാം.

(ചില്ല മാസിക 2016 ജൂൺ)

നവജീവിതത്തിനൊരു മാനിഫെസ്റ്റോ

ഒരു പ്രസ്ഥാനമെന്നോണം, ശരി തേടിയുള്ള അവിരാമമായ സഞ്ചാരത്തിലേർപ്പെട്ട കർണ്ണാടകയിലെ ബസവേശ്വരൻ എന്ന പുരോഗമനവാദിയുടെ ജീവിതത്തിലെ ആത്മസംഘർഷഭരിതമായ മുഹൂർത്തങ്ങൾ ചേർത്തിണക്കി എം.എം.കൽബുർഗി എഴുതിയ നാടകമാണ് ബുക്ക്ഫോർട് പ്രസിദ്ധീകരിച്ച 'ബസവേശ്വരന്റെ വിപ്ലവം'. പി.പി.സത്യനാണ് ഇതിന്റെ മലയാള പരിഭാഷ നിർവഹിച്ചിരിക്കുന്നത്. ഭൂമിയിലെ ദൈവങ്ങളായി സ്വയം അവരോധിക്കുന്ന പുരോഹിതരും മനുഷ്യരാവാൻ പരിശ്രമിക്കുന്ന യുവജനങ്ങളും തമ്മിലുള്ള വൈജാത്യത്തിന്റെ സൂക്ഷ്മദൃശ്യങ്ങൾ പ്രദാനം ചെയ്യുന്ന രംഗങ്ങളാണ് ഈ നാടകത്തിൽ ഏറെയും. 'ഉറച്ചു നിൽക്കുന്നത് വീഴുമെന്നും ഒഴുകുന്നുള്ളത് നിലനിൽക്കു'മെന്നുമുള്ള സത്യത്തിന്റെ പെരുമ്പറ മുഴക്കുകയാണ് ബസവേശ്വരൻ തന്റെ പ്രവർത്തനങ്ങളിലൂടെ. ബേഗവാഡി നഗരത്തിലെ മുഖ്യനായ മാദരസന്റെ മകനാണ് ബസവേശ്വരൻ. അഗ്രഹാര നിയമങ്ങളുടെ അസംബന്ധങ്ങൾ വലിച്ചെറിഞ്ഞുകൊണ്ട് ജീവിക്കാൻ തുടങ്ങിയതോടെ അദ്ദേഹം ഭ്രഷ്ടനാക്കപ്പെടുന്നു. തുടർന്ന് ശൈവ അനുഷ്ഠാനങ്ങളിലേക്കാണ് അയാളും സഹോദരിയും സഞ്ചരിക്കുന്നത്. ലിംഗാരാധനയായിരുന്നു അവരുടെ ഭക്തി മാർഗ്ഗം.

"ജന്മത്തിന്റെ അടിസ്ഥാനത്തിലാണ് പൂണൂൽ മനുഷ്യനെ വിഭജിക്കുന്നതെങ്കിൽ തന്റെ പുതിയ ആരാധനാ സമ്പ്രദായം യോഗ്യതയുടെ അടിസ്ഥാനത്തിലാണ് മനുഷ്യരെ തരം തിരിക്കുന്നതെ"-ന്ന്

ബസവേശ്വരൻ പ്രസ്താവിക്കുന്നുണ്ട് ഈ നാടകത്തിൽ. ശൂദ്രരെയും സ്ത്രീകളെയും മനുഷ്യരായി പരിഗണിക്കാത്ത സവർണ ജന്മിത്ത വ്യവസ്ഥക്കെതിരായാണ് അദ്ദേഹം പടനയിച്ചത്. അനുഷ്ഠാന വൈജാത്യമാർന്ന ആരാധനാ ക്രമങ്ങളോരോന്നിലൂടെയും സഞ്ചരിക്കുമ്പോഴും അതിന്റെ അർത്ഥശൂന്യതയാണ് ബസവേശ്വരനെ ജ്ഞാനിയാക്കുന്നത്. സമ്പന്നമായ ദേവാലയങ്ങളും ആർഭാടപൂർണമായ അനുഷ്ഠാനങ്ങളും നമ്മെ ഉദ്ധരിക്കില്ലെന്ന് തിരിച്ചറിഞ്ഞ ബസവേശ്വരൻ അങ്ങനെ ക്ഷേത്ര ആരാധനാ രീതി കൂടി ഉപേക്ഷിക്കുന്നു. "ആശയങ്ങൾ ജ്വലിച്ചു കയറുന്ന സാഹിത്യവുമാവണം വിദ്യാഭ്യാസത്താൽ ലഭ്യമാവേണ്ടത്" എന്ന് അദ്ദേഹം നാടകത്തിൽ ഒരിടത്ത് പറയുന്നുണ്ട്.

ദേവദാസി നൃത്തം, നഗ്നരായി നടക്കുക, ഗർഭിണികളെയും കന്യകമാരെയും ബലിനൽകുക, എന്നിങ്ങനെ അന്നത്തെ ജീർണ പൗരോഹിത്യം നിലനിർത്തുന്ന ദുരാചാരങ്ങളെ കുഴിച്ചുമൂടിയാലല്ലാതെ ശുദ്ധവായു ലഭ്യമാകില്ല എന്നും നാടകം വിളിച്ചു പറയുന്നു. രാജവാഴ്ചയെയും ഗോമാതാവിനെയും വർണ്ണവ്യവസ്ഥയെയും അരക്കിട്ടുറപ്പിക്കുന്ന സവർണ്ണ മേധാവികൾക്കെതിരായ കലാപാഹ്വാനം, നാടകത്തിലുടനീളം കാണാം. അംബിളി കംബളി (ഭക്ഷണവും വസ്ത്രവും) ആണ് കീഴാളർക്ക് അടിയന്തിരമായി വേണ്ടത് എന്നും അദ്ധ്വാനമാണ് പൂജ എന്നും മുതുകിൽ മുൾക്കെട്ടുകളും കൈയിൽ കോളാമ്പികളുമായുള്ള നടത്തം ദളിതർ അവസാനിപ്പിക്കണമെന്നും എം.എം.കൽബുർഗിയുടെ ഈ നാടകം ആഹ്വാനം ചെയ്യുന്നുണ്ട്. 'വാക്കുകളെ ഭയപ്പെടുന്നവർ എപ്പോഴും രക്തം കണ്ട് ആനന്ദിക്കുന്നവരായിരിക്കും. ചെരുപ്പുകുത്തിയുടെ ജോലി ചെയ്യാൻ ബ്രാഹ്മണരും തയ്യാറാവണം. തോട്ടിക്ക് പൂജചെയ്യാനാവണം' എന്നീ നിരീക്ഷണങ്ങളും ബസവേശ്വരൻ നടത്തുന്നുണ്ട്. താഴ്ന്ന ജാതിക്കാരല്ല അധമന്മാരെന്നും ജാതി വ്യവസ്ഥ സൃഷ്ടിച്ചവരും ജാതിചിന്ത മനസ്സിൽ സൂക്ഷിക്കുന്നവരുമാണ് അധമരെന്നും കൽബുർഗിയുടെ കഥാപാത്രങ്ങൾ ഉറക്കെ വിളിച്ചുപറയുന്നു.

വിഗ്രഹപ്രതിഷ്ഠ അന്ധവിശ്വാസം സൃഷ്ടിച്ചപ്പോൾ ദീപപ്രതിഷ്ഠയിലേക്കും തുടർന്ന് അക്ഷരപ്രതിഷ്ഠയിലേക്കും കണ്ണാടി പ്രതിഷ്ഠയിലേക്കും സഞ്ചരിച്ച ശ്രീനാരായണ ഗുരുവിന്റെ പ്രയാണത്തോട് ഏറെ സാമ്യമുള്ളതാണ് ബസവേശ്വരന്റെ യാത്ര.

മതങ്ങൾ സൃഷ്ടിക്കുന്ന പ്രശ്നങ്ങൾ അവസാനിപ്പിക്കുന്നതോടെ ഭൂമിയിലെ പ്രശ്നങ്ങൾ ഭാഗികമായിത്തീരുമെന്ന് അർത്ഥശങ്കക്കിടയില്ലാതെ കൽബുർഗിയുടെ നാടകം വ്യക്തമാക്കുന്നു. സംഘപരിവാർ വാഴ്ചയുടെ അന്തർധാരകളിലൊന്നായ ജാതിചിന്തയെയും മറ്റ്

അധമസിദ്ധാന്തങ്ങളെയും ചോദ്യം ചെയ്യുന്നവരെയും അതിനെതിരായി പടനയിക്കുന്നവരെയും വേട്ടയാടുകയാണ് ഇന്ത്യയിൽ. എം.എം. കൽബുർഗി എന്ന എഴുത്തുകാരൻ എന്തുകൊണ്ട് കൊലചെയ്യപ്പെട്ടു എന്ന ചോദ്യത്തിനുള്ള ഉത്തരങ്ങളിലൊന്നാണ് ഈ നാടകം.

യുക്തി ചിന്തയുടെയും സ്വാതന്ത്ര്യബോധത്തിന്റെയും പ്രകാശത്താൽ ലോകത്തെ ജീവിക്കാൻ കൊള്ളാവുന്നതാക്കിയ ഉജ്ജ്വല വ്യക്തിത്വങ്ങൾക്കും തത്വങ്ങൾക്കുമെതിരെ അന്ധകാരശക്തികൾ ഉറഞ്ഞു തുള്ളുകയാണ് ഇന്ന് ഇന്ത്യയിൽ. എന്നാൽ മാനവരാശിയെ മുന്നോട്ട് നയിച്ച പ്രവർത്തനങ്ങൾക്ക് തുടർച്ച ഉറപ്പാക്കാൻ രാജ്യമെങ്ങും ശക്തമായ ഐക്യനിര ഉയർന്നുവരുന്നതിന്റെ ആഹ്ലാദകരമായ വാർത്തകളും വ്യാപിക്കുന്നുണ്ട് 'ചത്തപശുവിനെ നിങ്ങളെടുത്തുകൊള്ളൂ ഞങ്ങൾക്ക് കൃഷിഭൂമി തരൂ' എന്നാവശ്യപ്പെട്ടുകൊണ്ടുള്ള ജിഗ്നേഷ് മേവാനി പ്രതിനിധാനം ചെയ്യുന്ന ദലിത് പ്രക്ഷോഭം, പശുരാഷ്ട്രീയത്തിനെതിരെ അഖിലേന്ത്യാ കിസാൻ സഭയുടെ മുന്നേറ്റം, കാമ്പസുകളെ ഇളക്കിമറിച്ച ഫാസിസ്റ്റ് വിരുദ്ധമുന്നേറ്റങ്ങൾ എന്നിവയൊക്കെ ഇതിന്റെ സൂചകങ്ങളാണ്. എം.എം.കൽബുർഗിയടക്കമുള്ളവരുടെ രക്തം വൃഥാവിലാവില്ലെന്നതിന്റെയും എ.കെ.ജിയുടെയും നെഹ്റുവിന്റെയും ക്യാപ്റ്റൻ ലക്ഷ്മിയുടെയും, ഭഗത്സിംഗ്-രാജ്ഗുരു-സുഖ്ദേവുമാരുടെയും സ്വപ്നങ്ങളിലെ ഇന്ത്യ ഭാവിയിൽ ഉയിർകൊള്ളുക തന്നെ ചെയ്യുമെന്നതിന്റെയും ഈടുറപ്പുകളാണ് ജനാധിപത്യം പ്രസരിപ്പിക്കുന്ന ഈ മുന്നേറ്റങ്ങൾ.

ഈ മണൽത്തരികളിൽ സ്പന്ദിക്കുന്നത് കീഴടക്കപ്പെട്ടവരുടെ ഹൃദയമാണ്

ഉറുദു കഥാകൃത്ത് സാദത്ത്ഹസൻ മൻറോയുടെ ഡോ.പി..കെ.ചന്ദ്രൻ വിവർത്തനം ചെയ്ത ചരിത്ര സ്പർശിയായ 'മിനിക്കഥകൾ ('ചില്ല' മാസികയുടെ ഇരുപത്തിഞ്ചാം പിറന്നാൾ പതിപ്പ്) ചരിത്രത്തിന്റെ ഗഹനത അനുഭവിപ്പിക്കുന്നതാണ്. തൊണ്ണൂറുകൾക്കാദ്യം തൃശ്ശൂരിൽ നിന്നും പുറത്തിറങ്ങിയിരുന്ന 'സാംസ്കാരിക മാസിക'യിലാണെന്നു തോന്നുന്നു; സാദത്ത് ഹസൻ മൻറോയുടെ മലയാളം പരിഭാഷ ആദ്യമായി പ്രകാശിപ്പിക്കപ്പെടുന്നത്. വർഗീയ കലാപങ്ങളുടെ സംഭീതദൃശ്യങ്ങളും, കലാപവ്യഗ്രമായ മനസ്സുകളുടെ സാംസ്ക്കാര ശൂന്യതയുമാണ് അദ്ദേഹത്തിന്റെ കഥകളിലുടനീളം വിന്യസിക്കപ്പെടുന്നത്.

വിഭജനകാലത്താണല്ലോ ഇന്ത്യ ഏറ്റവും ബീഭൽസമായ വർഗീയാസ്വാസ്ഥ്യങ്ങളിലേക്കും മാസങ്ങൾ നീണ്ടുനിന്ന കലാപങ്ങളിലേക്കും എടുത്തെറിയപ്പെട്ടത്. ആ നാളുകൾ സ്വാതന്ത്ര്യനന്തരവും ആവർത്തിക്കപ്പെട്ടു എന്നത് ഇന്നാട്ടിലെ ഭരണാധികാരികളുടെ പരാജയവും ജനതയുടെ മഹാനിർഭാഗ്യങ്ങളിലൊന്നുമാണ്. വർഗ്ഗീയ ശക്തികളെ അമർച്ചചെയ്യാനും, വേരോടെ പിഴുതെറിയാനുമായില്ലെങ്കിൽ ഇന്ത്യയെന്നല്ല ഒരു രാജ്യവും ഇന്നു കാണുന്ന അർത്ഥത്തിൽ

ഭൂമുഖത്ത് നിലനിൽക്കില്ലയെന്നത് ലളിതമായ യാഥാർത്ഥ്യമാണ്. ഈ സത്യത്തെ പ്രബോധനം ചെയ്യുന്ന രചനകളാണ് സാദത്ത് ഹസൻ മൻറോയുടേത്.

[illegible]മ്പ്’ ജെല്ലി എന്ന കഥയിൽ സാദത്ത് ഹസൻ മൻറോ ചിത്രണം ചെയ്യുന്നത്, വർഗ്ഗീയലഹള നടന്ന ഒരു തെരുവിലെ പോലീസ് വെടിവെപ്പിൽ അപ്പോൾ മാത്രം റോഡിലേക്ക് തെറിച്ചുവീണ ഒരു മാംസക്കഷണം നോക്കി, അവിടത്തേക്ക് ഓടിച്ചുവന്ന ഒരു കാറിൽ നിന്നും ഒരു പിഞ്ചുകുഞ്ഞ് കൊതിയോടെ ‘നോക്കു മമ്മീ, ജെല്ലി’ എന്നു പറയുന്നതായിരുന്നു ഇത്രയും വികാരതീഷ്ണതയോടെ കലാപത്തെ വരച്ചിടുന്ന മിനിക്കഥാകൃത്തുക്കൾ ഏറെയുണ്ടെന്നു തോന്നുന്നില്ല.

‘ചില്ല’യിൽ പ്രസിദ്ധീകൃതമായ കഥകൾ കറകളഞ്ഞ മതേതര നിലപാടുകൾ കൈക്കൊള്ളാനുള്ള ആഹ്വാനമാണെന്ന് ഇവിടെ രേഖപ്പെടുത്തിക്കോള്ളട്ടെ. കുശലപ്രശ്നം എന്നകഥയിൽ ഓടുന്ന വണ്ടി തടഞ്ഞു നിർത്തി, അന്യമതക്കാരെ കശാപ്പചെയ്ത്, ശേഷിച്ചയാത്രക്കാർക്ക് മധുരം വിതരണം ചെയ്തശേഷം വർഗ്ഗീയ വാദികൾ “നിങ്ങളെ വേണ്ടവിധം സ്വീകരിക്കാൻ കഴിഞ്ഞില്ലേ”ന്ന് പരിഭവപ്പെടുകയാണ്. കറുത്ത ഹാസ്യത്തിന്റെ, നിസ്സഹായത അനുഭവിപ്പിക്കുന്നതും അസ്വാസ്ഥ്യജനകവുമായ ചിത്രമാണിത്. വിലകുഞ്ഞ ചരക്ക് എന്ന രചന വർഗ്ഗീയകലാപം ഏതു സ്ത്രീക്കും കരുതി വെച്ചിരിക്കുന്ന നരകത്തീയെയാണ് വ്യക്തമാക്കുന്നത്. ‘അനുകമ്പ’ എന്ന കഥ ഇങ്ങനെയാണ്. ‘എന്റെ കൺമുമ്പിൽവെച്ച് എന്റെ യുവതിയായ മകളെ കൊല്ലരുതേ.’

‘ശരി’ ഇയാൾ പറയുമ്പോലെയാവട്ടെ. തുണിയഴിച്ച് അങ്ങോട്ടു മാറ്റി നിർത്ത് ‘

വർഗീയതയുടെയും വംശീയതയുടെയും ജാതീയതയുടെയും ജ്വരം ബാധിച്ചയാൾ എത്രമാത്രം മനുഷ്യത്വ വിരുദ്ധനായി തരംതാഴുമെന്ന് ഈ കഥ പറഞ്ഞു തരുന്നു.

പരാതി എന്ന കഥ ഇങ്ങനെയാണ്. “നോക്കു ചങ്ങാതീ, നീ കരിഞ്ചന്ത വിലയുമെടുത്തിട്ട് തന്ന പെട്രോൾ മോശം; ഒരു കടപോലും കത്തിയില്ല.” വർഗീയ കലാപങ്ങളുടെ നവഗുണഭോക്താക്കളെയും നശീകരണ വ്യഗ്രമായ മനസ്സുകളുടെ ഇച്ഛാഭംഗങ്ങളെയും അഗ്നി ബാധയേറ്റ നർമത്തിൽ പൊതിഞ്ഞ് ഇങ്ങനെ ചിത്രണം ചെയ്യുമ്പോൾ ഇത്തരം അവസ്ഥകളെക്കുറിച്ച് പറഞ്ഞു കേട്ടിട്ടുമാത്രമുള്ള സമാധാന കാംക്ഷികളുടെ ഹൃദയം പോലും സ്തബ്ധമായിപ്പോവുകയാണ്.

മിസ്റേറക്ക് എന്ന കഥയിൽ കഠാര, ഇരയുടെ നാഭിവരെ ഇറങ്ങി അടിവസ്ത്രത്തിന്റെ കയററ്റപ്പോഴാണ് വേട്ടക്കാരന് അബദ്ധം മനസ്സിലായത്. ഇരയുടെ ലിംഗഭേദം ഇന്ത്യാ വിഭജനകാലയളവിലെ ഇനങ്ങളിലൊന്നായിരുന്നെന്ന് ഇവിടെ നാമോർക്കുക. ചെരുപ്പ് എന്ന കഥ വിധിവൈചിത്ര്യത്തിന്റെ ഒരു കാഴ്ചയാണു തുറന്നിടുന്നത്. കലാപകാരികൾ ഒരു മഹദ്വ്യക്തിയുടെ പ്രതിമയെ അപമാനിക്കാൻ ശ്രമിക്കുന്നതിനിടെ വെടിവെയ്പ്പ് നടക്കുന്നതും അതിൽ പരിക്കേറ്റവരെ രക്ഷിക്കാനായി അതേ മഹദ്വ്യക്തിയുടെ പേരിലുള്ള ആശുപത്രിയിലേക്കയക്കുന്നതുമായ ചിരിച്ചു മണ്ണുകപ്പുന്ന കാഴ്ചയാണീ കഥയിൽ.!

മേൽ സൂചിപ്പിച്ചവിധം ഇരുത്തി ചിന്തിപ്പിക്കുന്നതും, നർമത്തിന്റെ അലകൾ ഞൊറിയുന്നതും, വിരുദ്ധോക്തിയുടെ ഒന്നാംന്തരം ഉദാഹരണമാവുന്നതുമായ സാദത്ത് ഹസൻമാൻറോയുടെ രചനകൾ തീർച്ചയായും ഒരു മതേതരവാദിയുടെ ജാഗ്രത്തായ സാമൂഹ്യനിരീക്ഷണങ്ങളുടെ സൃഷ്ടിയാണെന്നു കാണാം. ഇന്ത്യൻ ജനതയുടേതടക്കം പല സ്ഥലകാലങ്ങളിൽ നിന്നുള്ള ഉള്ളുണർത്തലാണിത്.

കുടുസ്സുമനസ്സുകളുടെ ഉടമകൾ സ്വന്തം അധഃസ്ഥിതിക്കോ, ദുഃസ്ഥിതിക്കോ കാരണം അപരനാണ് എന്ന് ചിന്തിച്ചു തുടങ്ങുമ്പോൾ, വിഭാഗീയതയുടെ വൈറസ് അവരുടെ മസ്തിഷ്ക്കത്തിലേക്ക് കുടിയേറുകയാണ്. ഇത് ജാതീയമോ മതപരമോ, വംശീയമോ ആവാം. അൽപമായ ഭരണ-രാഷ്ട്രീയ താൽപര്യങ്ങൾക്കും ലക്ഷ്യങ്ങൾക്കും ഈ തുച്ഛന്മാർ ചവിട്ടുപടികളാക്കപ്പെടുന്നു. സ്നേഹത്തിന്റേയും നന്മയുടേയും വെളിച്ചമകന്ന് അന്തരീക്ഷം വിഷലിപ്തമാകുന്നു. ഇങ്ങനെ കീഴടക്കപ്പെട്ടവർ ക്കും മറ്റുള്ളവരേയും കീഴടക്കാനുഴറുന്നവർക്കും അത്തരമൊരു ജീവിത പരിതോവസ്ഥയിലേക്കു പ്രവേശിക്കുന്നവർക്കുമുള്ള താക്കീതാണ് സാദത്ത് ഹസൻ മൻറോയുടെ കഥകൾ.

പരിവർത്തനത്തിന്റെ സ്വരഭേരി മുഴക്കുന്ന ലോകകവിതകൾ

സോഷ്യലിസത്തെ ഉന്നതമായ വ്യവസ്ഥയായി ഉയർത്തിപ്പിടിക്കുകയും അതിനായി തങ്ങളുടെ പ്രതിഭയെ വിനിയോഗിക്കുകയും ചെയ്യുന്നവർ തന്നെയാണ് ആധുനിക കവിതയിലെ പുരോഗമനപക്ഷത്തെ മുഖ്യമായും പ്രതിനിധാനം ചെയ്യുന്നത്. സാമൂഹികപ്രശ്നങ്ങളേയും സർഗാത്മക അഭിരുചികളേയും സമതുലിതമായി വിളക്കിച്ചേർത്താണ് അവരുടെ രചനകൾ രൂപം കൊള്ളുന്നത്.

'ആഫ്രിക്ക മുതൽ അമേരിക്കയോളം വരുന്നകാപ്പിരിയുടെ ശരതീക്ഷ്ണമായവ ആരവത്തിനായ് കാതോർക്കുവിൻ.

എന്ന് ആഫ്രിക്കൻ കവി ഡേവിഡ് ദിയോവിന്റെ കവിത ആഹ്വാനം ചെയ്യുന്നതുപോലെ, രാജ്യങ്ങളുടെയും ഭൂഖണ്ഡങ്ങളുടെയും അതിരുകൾ മായ്ച്ചുകളഞ്ഞ് സാമൂഹ്യ വിപ്ലവത്തിന്റെ സ്വരഭേരി മുഴക്കുന്നവയാണ് ഇത്തരം കവിതകൾ. നിർധനരും നിസ്വരും ദുഃഖിതരുമായവരുടെ, അപമാനം സഹിക്കുന്നവരുടെ, അടിമത്തത്തിന്റെ നുകം ചുമക്കുന്നവരുടെ, പ്രതിനിധികളായ ഈ വിഭാഗത്തിൽപ്പെട്ട കവിതകളിൽ ഭൂരിപക്ഷവും തങ്ങളുടെ വർത്തമാനത്തെ മുറിച്ചുകടക്കാനും ഭാവിയെ കരുപ്പിടിപ്പിക്കാനുമുള്ള പരിശ്രമങ്ങളിലാണ് ഏർപ്പെട്ടിരിക്കുന്നത്. ഒരു തേങ്ങലിലലയാനല്ല: ശുഭാപ്തി വിശ്വാസത്തിലേക്ക് കരപറ്റാനാണ് ഇത്തരം കവിതകൾ വെമ്പൽ കൊള്ളുന്നത്.

ചിലിയൻ കവി പാബ്ലോനെരൂദയുടെ 'ചില കാര്യങ്ങളുടെ വിശദീകരണം എന്ന കവിത ശ്രദ്ധിക്കുക: അചേതന വസ്തുക്കളിൽ പോലും ജീവൻ നിറയ്ക്കുന്ന നഗരവർണനന ഈ കവിതയുടെ ഭാഗമാണ്.

എല്ലാം ശബ്ദമുഖരിതമായിരുന്നു
കമ്പോളച്ചരക്കുകളുടെ ഉപ്പുരസം
സ്പന്ദിക്കുന്ന റൊട്ടിക്കുമ്പാരങ്ങൾ.
പ്രതിമയും താങ്ങി, വറ്റിപോയ മഷിച്ചാലുപോലെ
മത്സ്യങ്ങളുടെ ഒരു ചുഴിയിൽ
ഉയർന്നു നിൽക്കുന്ന
എന്റെ ആർഗ്വയസ് പട്ടണത്തിലെ
ചന്തപ്പുരകൾ.
തവികളിലേക്കൊഴുകി നിറയുന്ന എണ്ണ
തെരുവുകളിലലയടിക്കുന്ന
കൈകാലുകളുടെ കൊട്ടുംകടൽ.
ജീവിതത്തെ കണിശമായളന്നു മുറിക്കുന്ന
മീറ്ററും ലിറ്ററും.
അടിയിട്ട മീൻ
കുളിർവെയിലിൽ വിറയ്ക്കുന്ന കാറ്റാടികൾ
അവ താങ്ങിനിൽക്കുന്ന
മേൽക്കൂരകളുടെ തയ്യൽ വേലകൾ.
ലോലമായ ഭാരത്തിൽ പണിതീർത്ത
ഉന്മത്തമായ ഉരുളക്കിഴങ്ങുകൾ.
അലകളോടലകളായി
കടലിലേയ്ക്കുരുണ്ടുപോകുന്ന
തക്കാളിപ്പഴങ്ങൾ.....

രമണനിൽ ചങ്ങമ്പുഴ ഗ്രാമഭംഗിയുടെ വർണ്ണന ഏതുവിധം നടത്തിയോ, അതുപോലെ പട്ടണത്തിലെ വിരസമായി പോകുന്ന കാഴ്ചകളിൽ പോലും സ്പന്ദനത്തിന്റെ സമ്പന്നമായ ഊർജം നിറയ്ക്കുകയാണ് ഇവിടെ പാബ്ലോ നെരൂദ! അത്യഗാധമാം വിധം ജീവിതപ്രതിബദ്ധനായ ഒരു കവിക്കു മാത്രമേ ഇത്തരമൊരു വർണനന സാധ്യമായിത്തീരൂ.

ഇതേ കവിതയിൽത്തന്നെ മറ്റൊരിടത്ത് കവി,
നിങ്ങൾ ചോദിക്കുന്നു.
എന്തുകൊണ്ടാണ് അവന്റെ കവിത
ഇലകളേയും കിനാവുകളേയും
ജന്മനാട്ടിലെ കുറ്റനഗ്നിപർവ്വതങ്ങളേയും

കുറിച്ച് സംസാരിക്കാത്തത്?
വരൂ കാണൂ, ഈ തെരുവുകളിലെ രക്തം
വരൂ കാണൂ
ഈ തെരുവുകളിലെ രക്തം

എന്ന നെഞ്ചുകീറി - നേരിനെ കാട്ടുന്നു. സത്യവാങ്മൂലത്തിന് തുല്യം നിൽക്കുന്ന ഈ വരികൾ ലോക കവിതയിൽത്തന്നെ അത്യപൂർവ്വമാണ്. യുദ്ധവിരുദ്ധതയുടെ തിളങ്ങുന്ന പ്രതീകമാണ് ഈ കവിത

ഇംഗ്ലീഷ് കവി ഡബ്ലിയു.എച്ച്.ഓവന്റെ 'നാം എവിടെ പോകും പ്രിയപ്പെട്ടവളേ' എന്ന കവിതയിൽ ഫാസിസവൽക്കരണത്തിന്റെ മരവിപ്പ് അനുഭവിപ്പിക്കുന്നു. അതിനായി അദ്ദേഹത്തിന്റെ കവിതയിലെ ഈ വരികൾ ശ്രദ്ധിക്കുക.

കോൺസൽ മേശപ്പുറത്ത് ആഞ്ഞടിച്ചുകൊണ്ട് പറയുന്നു:
പാസ് പോർട്ടില്ലെങ്കിൽ നിങ്ങൾ മരിച്ചിരിക്കുന്നു
പക്ഷേ; പ്രിയപ്പെട്ടവളേ,
നാമിപ്പോഴും ജീവിച്ചിരിക്കുന്നു.

ക്യൂബൻകവി നിക്കോളാസ് ഗിയേന്റെ 'ചെഗുവേര' എന്ന കവിതയിൽ രക്തസാക്ഷിത്വത്തിന്റെ വീണ്ടെടുപ്പിനു വ്യഗ്രമായ ഒരു മനസ്സ് ജാഗ്രത്തായി ഉണർന്നിരിക്കുന്നത് കാണാം .

നീ വീണുപോയിട്ടും
നിന്റെ വെളിച്ചം മങ്ങിയിട്ടില്ല;
അവർനിന്നെ നിശബ്ദനാക്കിയിട്ടും
നീ മൂകനല്ല.
അവർനിന്നെ ചുട്ടെരിച്ചാലും
മണ്ണിൽ അഴുകിച്ചാലും
സെമിത്തേരിയിലും, കാടുകളിലും
ചതുപ്പുകളിലുമൊളിച്ചുവെച്ചാലും
നിന്നെ കണ്ടെത്തുന്നതിൽ നിന്നും
ഞങ്ങളെ തടയാൻ
അവർക്കു സാധിക്കില്ല

ഇങ്ങനെ, വിട്ടൊഴിയാൻ തയ്യാറാവാത്ത ആത്മ ബന്ധത്തിന്റെ മുറുക്കം സൂചിപ്പിക്കുന്ന മുദ്രാവാക്യ സ്വാഭാവമുള്ള രചനകളും കവിതയ്ക്ക് വിലപ്പെട്ടതുതന്നെയാണ്.

ഗിയേന്റെ തന്നെ, ഏഞ്ചത്ജലാ ഡേവിഡ് എന്ന കവിത വായിക്കുക.

നീസുന്ദരിയാണെന്നു പറയാനല്ല
ഞാൻ വന്നിരിക്കുന്നത്
നീ സുന്ദരിയാണെന്നു
ഞാൻ വിശ്വസിക്കുന്നു
പക്ഷേ, അതല്ല പ്രശ്നം,
ജാക്സന്റേയും, ലുംബയുടേയും
തലയോടിനരികിൽ
ഗോത്രത്തലവന്റെ
കൂടാരമലങ്കരിക്കാൻ
അവർക്കു നിന്റെ തലയോടു വേണം
ഏഞ്ജലാ, ഞങ്ങൾക്കു നിന്റെ പുഞ്ചിരി വേണ്ടിയിരിക്കുന്നു.

സ്വേച്ഛാധിപത്യവാഴ്ചയുടെ നരഭോജനാസക്തിയെ ഇത്രയും സൂക്ഷ്മവും ശക്തമായി കോറിയിട്ട രചനകൾ ലോകത്ത് ഏറെയുണ്ടാവില്ല.

സ്വാതന്ത്ര്യം ഒരുപ്രതിമ മാത്രമായ അമേരിക്ക.

എന്ന ഒറ്റവരിയുള്ള മഹാകാവ്യമെഴുതിയ ചിലിയൻകവി നികോനാർ പാർറ ഇവിടെ സ്മരണീയനാണ്. അമേരിക്കൻ സാമ്രാജ്യത്വത്തിന്റെ ജനാധിപത്യധ്വംസനം എങ്ങനെ ആ നാടിനെ ഒരു ശ്മശാനഭൂമിയാക്കി തീർക്കുന്നുവെന്ന് നികോനാർപാർറ വരച്ചുകാണിക്കുന്നു.

ടർക്കിഷ്കവി നാസിംഹിക്മെത്തിന്റെ 'പോൾറോബ്സനോട്' എന്ന കവിതയിൽ

അവർ നമ്മുടെ പാട്ടു പാടാൻ
നമ്മെ അനുവദിക്കുന്നില്ല,
റോബ്സൻ; ഗരുഢഗായകാ
നീഗ്രോസഹോദരാ.
അവർക്കു ഭയമാണ്, റോബ്സൺ...
പുലരിയെ, കാഴ്ചയെ, അവർക്കു ഭയമാണ്
കേൾവിയെ, സ്പർശത്തെ
അവർക്കു ഭയമാണ്; വിത്തിനെ, ഭൂമിയെ

എന്നിങ്ങനെ; സംഹാരരുദ്രരായ അധിനിവേശകരുടെ സഹജമായ ഭീരുത്വവും ജീവിത വിമുഖതയും വെളിവാക്കുന്നു.

സ്പാനിഷ് ആഭ്യന്തര യുദ്ധത്തിന്റെ പശ്ചാത്തല ത്തിൽ പെറുവീയൻ കവി സെസാർവെയെഹോ എഴുതിയ കവിത ഈ വിധമാണ്:

ലോകത്തിലെ കുഞ്ഞുങ്ങളേ,
സ്പെയിൻ താഴെ വീണാൽ....
ആകാശത്തുനിന്ന്
[illegible]
അവൾതാഴെ വീണാൽ,
ഭൂമിയിലെ രണ്ടു വിരിപ്പുകൊണ്ട്
ഒരു ഏന്താനമുണ്ടാക്കി
അവളെ ഏറ്റുവാങ്ങുക.
അവൾ വീണാൽ
ഒന്നൂഹിച്ചു നോക്കൂ.

സ്പെയിൻ ഭൂമിയിൽ നിന്നും താഴെ വീണാൽ...... ഉണ്ണികളേ , നിങ്ങൾ പിന്നെ വളരുന്നതെങ്ങനെ? വർഷം മാസങ്ങളെ ശ്വാസിച്ചു നസരിപ്പിക്കുന്നതെങ്ങനെ?

പല്ലുകൾ പിന്നെ പത്തെണ്ണമെങ്കിലും

മുളയ്ക്കുന്നതെങ്ങനെ?

ഒരു രാഷ്ട്രം പരാജയപ്പെട്ട് ഭൂപടത്തിൽ നിന്നു കൊഴിഞ്ഞു വീണാൽ, ആ ജനതയെ കാത്തിരിക്കുന്ന വിപത്തുകൾ ദീർഘദർശനം ചെയ്ത ഈ കവിത ഇറാക്കിന്റെയും, അഫ്ഘഗാനിന്റെയും മാത്രമല്ല നമ്മുടെ ഇന്ത്യയുടേയും ദുരിതങ്ങൾക്കും നേരെ വിരൽ ചൂണ്ടുകയാണ്. വിശ്വമാനവികതയുടെ കൈകൾ കോർക്കുകയാണ്.

ഇങ്ങനെ ഓർമപ്പെടുത്തലായി, താക്കീതായി, സ്നേഹനിർഭരമായ കാത്തുനിൽപ്പായി, ആശ്ലേഷത്തിനുള്ള വെമ്പലായി, ത്യാഗസന്നദ്ധമായ ഒരുക്കങ്ങളായി പീലിവിടർത്തി നിൽക്കുന്ന ഒട്ടേറെ രചനകൾ കറുത്ത കവിത, ലാറ്റിനമേരിക്കൻ കവിത, ആധുനിക സോഷ്യലിസ്റ്റ് കവിത എന്നിങ്ങനെ മുഖ്യമായും പ്രിയ കവി സച്ചിദാനന്ദൻ മലയാളത്തിലേക്കു വിവർത്തനം ചെയ്ത കവിതകളുടെ സമാഹാരങ്ങളിൽ നിന്ന് അനുഭവിക്കാനാകും.

രാഷ്ട്രീയം എല്ലാറ്റിന്റെയും അന്തിമവിധി നിർണ്ണയിക്കുമ്പോൾ അരാഷ്ട്രീയമായി നിലനിൽക്കുന്നവയ്ക്ക് ഏറെ ആയുസില്ല എന്ന് മേൽ പ്രസ്താവിച്ച ഇനത്തിൽപ്പെട്ട കവിതകൾ വിനീതമായി ഓർമപ്പെടുത്തുന്നു; കലയും കലാപവും ഒരുമിച്ചുചേർന്ന് നാളെയെ ചൂണ്ടുന്ന വിളക്കുകളായി കത്തിനിൽക്കുന്നു.(ചില്ല മാസിക 2009 ഡിസംബർ)

കീഴാളപ്പോരിമകളെ കണ്ടെടുക്കുമ്പോൾ

ഇന്ത്യയിൽ കീഴെ നിന്നുള്ള ചരിത്രം നിർമ്മിക്കുന്ന പ്രക്രിയയിൽ ഏർപ്പെട്ടിരിക്കുന്നവരിൽ നമുക്കു സുപരിചിതമായ പ്രമുഖരാണ് റോമിലാഥാപ്പർ, ഇർഫാൻ ഹബീബ്, കെ.എൻ.പണിക്കർ തുടങ്ങിയവർ. (സമീപകാലത്ത് അന്തരിച്ച ആർ.എസ്.ശർമയും അതേ) തങ്ങളുടെ വർഗതാൽപര്യം മൂലം ഔദ്യോഗിക ചരിത്രകാരന്മാർ തള്ളിക്കളയുകയോ അവഗണിക്കുകയോ ചെയ്തവയെ, ചരിത്രപഠനത്തിന്റെ കേന്ദ്രസ്ഥാനത്ത് പ്രതിഷ്ഠിക്കുവാനാണ് ഇത്തരം ചരിത്രകാരന്മാർ ശ്രമിക്കുന്നത്. കേരളത്തിൽ പരിമിതികളോടെയാണെങ്കിലും, അന്തരിച്ച .ശ്രീധര മേനോനും, രാജൻ ഗുരുക്കൾ, എം.ആർ.രാഘവവാരിയർ, കെ.എൻ.ഗണേഷ് തുടങ്ങിയവരും അടിസ്ഥാനവർഗ്ഗത്തിന്റെ ചരിത്രം പുനരാനയിക്കാനും രേഖപ്പെടുത്താനുമുള്ള ശ്രമകരമായ പ്രവർത്തിയിലേർപ്പെട്ടിരിക്കുന്നവരാണ്.

മേൽ സൂചിപ്പിച്ച ചരിത്രാന്വേഷണ പ്രക്രിയയിലെ ഇങ്ങേയറ്റത്തെ എളിയ കണ്ണിയാണ് കൊയിലാണ്ടിയിലെ തുടി ബുക്സും ശിവരാമൻ കൊണ്ടംവള്ളിയും. കൊയിലാണ്ടിക്കും പരിസരത്തുമുള്ള ആരാധാനലയങ്ങളുമായി ബന്ധപ്പെട്ട ഐതിഹ്യപഠനത്തിലൂടെ കുറുമ്പ്രനാട് താലൂക്കിന്റെ ഗതകാല ജീവിതം അനാവരണം ചെയ്യുന്നതിലൂടെയാണ്-കൊയിലാണ്ടി *ഇന്നലെകളിൽ* എന്ന പുസ്തകം-(തുടി ബുക്സ്) ശ്രദ്ധേയമാവുന്നത്. ശിവരാമൻ കൊണ്ടംവള്ളിയുടെ ആറാമത്തെ പുസ്തകമായ *തേവർ വെള്ളൻ: ചരിത്രത്തിലെ പോർമുഖം* കോഴിക്കോട് ജില്ലയിലെ ചാലിയം കടവുമുതൽ തെക്ക് കോരപ്പുഴവരെ പടർന്ന

കിടക്കുന്ന ഒരു ഐതിഹ്യത്തെ പിന്തുടർന്ന് അതിനു പിന്നിലെ ചരിത്രം കണ്ടെത്തി രേഖപ്പെടുത്താനുള്ള ഉത്തരവാദിത്ത പൂർണ്ണമായ ഒരു പരിശ്രമമാണ്. കൊയിലാണ്ടി താലൂക്കിലെ ഇരുപതിൽപരം വരുന്ന ക്ഷേത്രങ്ങളിൽ അനുഷ്ഠാനപരമായി ചൊല്ലിപ്പോരുന്ന അഞ്ചടിയെ പിന്തുടർന്ന അതിന്റെ ഇതിവൃത്തത്തിൽ സൂചിപ്പിക്കുന്ന സ്ഥലകാലങ്ങളെയത്രയും ശ്രമകരമായ യാത്രയിലൂടെ നിയതമായി കണ്ടെത്തുകയും, പൂർവ്വാപരബന്ധമുള്ള ഒരു ചരിത്രാഖ്യായികയായി അതിനെ നിർമ്മിച്ചെടുക്കുകയാണ് ഗ്രന്ഥകാരൻ ചെയ്യുന്നത്. ഫോട്ടോഗ്രാഫിയുടെ സഹായത്തോടെയാണിത് എന്നത് ഇതിന്റെ ആധികാരികതയുടെ സൂചനയും ആധുനികതയുടെ മുദ്രയുമാണ്.

തേവർവെള്ളൻ എന്ന പുലയയുവാവ് ചരിത്രത്തിന്റെ പിന്നാമ്പുറങ്ങളിലേക്ക് തള്ളപ്പെട്ട തന്റെ അച്ഛന്റെ ഭൂതകാലാനുഭവങ്ങൾ അന്വേഷിക്കുന്നതും, അതിനു പ്രതികാരം ചെയ്യാനും ജീവിതത്തിൽ സ്വന്തം അസ്ഥിത്വം സ്ഥാപിച്ചെടുക്കാനും സ്ഥിരോത്സാഹത്തോടെ പരിശ്രമിക്കുന്നതും, അതിൽ വിജയിക്കുന്നതുമാണ് 'തേവർ വെള്ളന്റെ' കഥാതന്തു. തന്റെ ശ്രമത്തിനിടയിൽ ഒട്ടനവധി സിദ്ധികൾ കരസ്ഥമാക്കിയ വെള്ളൻ, വടക്കൻ പാട്ടുകളിൽ ചൊൽക്കൊണ്ട തച്ചോളി ഒതേനനെ തോൽപ്പിക്കുകയും അദ്ദേഹത്തെ അത്ഭുത പരതന്ത്രനാക്കുകയും ചെയ്യുന്നു.

കീഴാളന്റെ പോരിമകളെപ്പോലും അംഗീകരിക്കാൻ കൂട്ടാക്കാതിരുന്ന, പോരാട്ടത്തിന്റെ ചരിത്രങ്ങളിൽ നിന്നുപോലും നിഷ്കാസനം ചെയ്യാൻ ശ്രമിക്കുന്ന മേൽജാതി മേധാവിത്വത്തെ ഈ പുസ്തകത്തിലെ വിവിധ അധ്യായങ്ങളിൽ നിന്നും നമുക്ക് വായിച്ചെടുക്കാം.

തേവർ വെള്ളൻ: ചരിത്രത്തിലെ പോർമുഖം എന്ന ആഖ്യായിക, ഐതിഹ്യവും ചരിത്രവും തമ്മിലുള്ള അതിർവരമ്പുകളെ അപ്രസക്തമാക്കുന്ന കണ്ടെത്തലുകളാൽ സമ്പന്നമാണ്. *തമ്പ്രാന്റെ കല്പന, ആമാട പൊന്ന്, തിയ്യൻ ചതിച്ച ചതി...* എന്നിങ്ങനെ ഓരോ അദ്ധ്യായങ്ങളുടെയും തലക്കെട്ടുകൾ ഒരു നോവലിന്റെ ആന്തരിക ഘടനയെ പ്രതിഫലിപ്പിക്കുന്നവയാണ്. ഒന്നോ രണ്ടോ ഇരിപ്പിന് വായിച്ച് തീർക്കാവുന്ന ഈ ആഖ്യായികയുടെ അനുബന്ധമായി ചേർത്തിരിക്കുന്ന ഫോട്ടോകളും അഞ്ചടിച്ചൊല്ലുകളും വായനക്കാരിലെ ചരിത്രഗവേഷകനെ ഉണർത്താൻ പര്യാപ്തമാണ്.

ഐതിഹ്യവും ചരിത്രവും തമ്മിലുള്ള ബന്ധത്തെക്കുറിച്ചും കീഴ്ജാതി പഠനങ്ങളെ സംബന്ധിച്ചും സുവ്യക്തമായ വാദവിവാദങ്ങളിലേക്ക് നയിക്കാൻ സാധ്യതയുള്ളതാണ് ഈ പുസ്തകം.

(ചില്ലമാസിക 2012 ഫെബ്രുവരി)

കുമാരനാശാന്റെ ജീവിതവും കവിതയും: ഒരു വിഹഗവീക്ഷണം

ഇരുപതാംനൂറ്റാണ്ടിൽ കേരളീയ സമൂഹത്തെ ഏറെ സ്വാധീനിച്ച കവിയാണ് കുമാരനാശാൻ. വള്ളത്തോൾ, ഉള്ളൂർ എന്നിവർക്കൊപ്പം ആധുനിക കവിത്രയത്തിലാണ് അദ്ദേഹത്തിന്റെ സ്ഥാനം. 1873ൽ തിരുവിതാംകൂറിലെ കായിക്കരഗ്രാമത്തിൽ തൊമ്മൻവിളാകം എന്ന കുടുംബത്തിൽ നാരായണന്റെയും കാളിയുടെയും മകനായി കുമാരൻ ജനിച്ചു. കാവ്യവും നാടകവും സംസ്കൃതവുമെല്ലാം പഠിച്ച് അറിവുനേടിയ ശേഷം അദ്ദേഹം 14-ാം വയസ്സിൽ അധ്യാപകനായി. ജീവിതപ്രയാസം കാരണം ഒരു കൊല്ലം ഒരു കച്ചവടക്കാരന്റെ കണക്കപ്പിള്ളയായും ജോലിനോക്കിയിരുന്നു. കുട്ടികളെ പഠിപ്പിക്കുന്ന കാലത്താണ് കുമാരൻ, ആശാൻ എന്ന പേരിലറിയപ്പെട്ടു തുടങ്ങിയത്.

1891 ൽ 18-ാം വയസ്സിൽ ശ്രീനാരായണഗുരുവുമായി പരിചയപ്പെട്ടുന്നതോടെയാണ് കുമാരനാശാന്റെ ജീവിതത്തിൽ വഴിത്തിരിവുണ്ടാകുന്നത്. ശൃംഗാരരസം നിറഞ്ഞ കവികളെഴുതുന്നതിൽ അഭിരമിച്ചിരുന്ന കുമാരനെ സമകാലജീവിതത്തിന്റെ തപ്തയാഥാർത്ഥ്യങ്ങളിലേക്കു കൊണ്ടുവന്നത് ഗുരുവായിരുന്നു. അതോടെ കവി ഭക്തിയിലേക്ക് തിരിഞ്ഞു. തമിഴ് ഭാഷ, വേദാന്തം, യോഗവിദ്യ എന്നിവ അഭ്യസിച്ചുകൊണ്ട് രണ്ടുവർഷം അരുവിപ്പുറത്ത് കഴിഞ്ഞു. 1895ൽ ഗുരുവിന്റെ നിർദ്ദേശപ്രകാരം ആശാൻ ഉപരിപഠനത്തിനു പോയി. സമുദായ

പരിഷ്കർത്താവായിരുന്ന ഡോ.പൽപ്പുവിന്റെ സഹായത്തോടെ മദ്രാസ്, ബാംഗ്ലൂർ, കൽക്കത്ത എന്നിവിടങ്ങളിൽ പഠിച്ച് ഇംഗ്ലീഷ് ഭാഷയിലും സാഹിത്യത്തിലും ജ്ഞാനമാർജ്ജിച്ചു. 1900ൽ അരുവിപ്പുറത്തേക്കു തിരിച്ചുവന്നു. വിദ്യാഭ്യാസ [illegible] ക്ഷേത്രകാര്യങ്ങളിലും നാരായണഗുരുവിന്റെ സഹായിയായി.

വിദേശീയരായ ബ്രിട്ടീഷുകാർ ഇന്ത്യ അടക്കി ഭരിച്ചുകൊണ്ടിരുന്ന ഒരു കാലമായിരുന്നു അത്. പ്രകൃതി സമ്പത്തു കൊള്ളയടിച്ചും മനുഷ്യാദ്ധ്വാനശേഷിയെ കഠിനമായി ചൂഷണം ചെയ്തുമായിരുന്നു അവരുടെ ഭരണം. ഇതിനിനെതിരെ ശക്തമായ സമരം ഉയർന്നുവരികയായിരുന്നു. കേരളം അന്ന് തിരുവിതാംകൂർ, കൊച്ചി, മലബാർ എന്നിങ്ങനെ മൂന്നു രാഷട്രീയ ഘടകങ്ങളായി വിഭജിക്കപ്പെട്ടു കിടക്കുകയായിരുന്നല്ലോ. വൈദേശികവാഴ്ച അടിച്ചേൽപ്പിച്ച അടിമത്തത്തിനു പുറമേ ജാതിവ്യവസ്ഥയുടെ ഭാഗമായി നിലനിൽക്കുന്ന നിർദയമായ അസമത്വങ്ങളും മനുഷ്യത്വഹീനമായ തൊട്ടുകൂടായ്മയും തീണ്ടിക്കൂടായ്മയുമെല്ലാം അന്ന് ജനജീവിതത്തെ അങ്ങേയറ്റം ദുസ്സഹമാക്കിയിരുന്നു. വിദ്യാലയങ്ങളിൽ പഠിക്കുന്നതിൽ നിന്നുപോലും താഴ്ന്നജാതിക്കാർ വിലക്കപ്പെട്ടു. മൃഗങ്ങൾ പോലും സഞ്ചരിക്കുന്ന ക്ഷേത്രപരിസരങ്ങളിൽ പ്രവേശിക്കുന്നതിന് കീഴ്ജാതിക്കാർക്ക് അവകാശമുണ്ടായിരുന്നില്ല. ഇത്തരം വൈകൃതങ്ങൾ നേരിൽ ദർശിച്ചാണ് ഇവിടം 'ഒരു ഭ്രാന്താലയമാണ്' എന്ന് സ്വാമി വിവേകാനന്ദൻ വിശേഷിപ്പിച്ചത്.

'മാറ്റുവിൻ ചട്ടങ്ങളെ, സ്വയ, മതമല്ലെങ്കിൽ
മാറ്റമതുകളീ നിങ്ങളെത്താൻ'

എന്ന് കുമാരനാശാൻ ഉള്ളുണർത്തിയതും ഇക്കാലത്താണ്.

കേളപ്പജി, എ.കെ.ജി, മുഹമ്മദ് അബ്ദുറഹിമാൻ സാഹിബ്, കൃഷ്ണപ്പിള്ള, ഇ.എം.എസ്, കെ.പി.കേശവമേനോൻ, എ.വി. കുട്ടിമാളുഅമ്മ തുടങ്ങിയവരുടെ നേതൃത്വത്തിലുള്ള ഇന്ത്യൻ നാഷണൽ കോൺഗ്രസ് ആദ്യകാലങ്ങളിൽ രാഷ്ട്രീയ കാര്യങ്ങളിൽ മാത്രമാണ് മുഖ്യമായും ശ്രദ്ധയൂന്നിയിരുന്നത്. ഒരു പാട്ടുകാലശേഷമാണ് അവരിൽ പലരും ഗുരുവായൂർ സത്യാഗ്രഹത്തിലേക്കും മറ്റും കടന്നുവരുന്നത്. അതായത്, രാഷട്രീയ സ്വാതന്ത്ര്യത്തിനായുള്ള സമരങ്ങൾ ശക്തിപ്പെട്ടിരുന്നപ്പോഴും സാമൂഹ്യ നീതിക്കായുള്ള പരശ്രമങ്ങൾ ദുർബലമായിരുന്നെന്നു ചുരുക്കം. ഈ പശ്ചാത്തലത്തിലാണ് ശ്രീനാരായണഗുരുവിന്റെ ആശീർവാദത്തോടെയും, ഡോ:പൽപ്പുവിന്റെ നിർലോഭമായ സഹകരണത്തോടെയും കുമാരനാശാൻ സാമൂഹ്യപരിഷ്കരണ മേഖലയിലേക്കു കടന്നുവന്നത്. 1888 ലെ വിശ്വവിഖ്യാതമായ ശിവപ്രതിഷ്ഠയാൽ ശ്രദ്ധേയമായ

അരുവിപ്പുറത്തെ ആശ്രമത്തിൽ നാരായണഗുരുവിന്റെ ശിഷ്യനായി ആദ്ധ്യാത്മിക വിഷയങ്ങളിൽ പഠനം നടത്തിയ ആശാന് ജീവിതത്തിലെ ഉന്നതമൂല്യങ്ങളുമായി സഹവസിക്കാൻ എളുപ്പം സാധിച്ചു.

ശ്രീനാരായണഗുരുവിന്റെ ആശയാദർശങ്ങളും പ്രവർത്തനപദ്ധതികളും നടപ്പിലാക്കുന്നതിനായി 1903ൽ ശ്രീനാരായണ ധർമപരിപാലനയോഗം(S.N.D.P.)രൂപീകരിച്ചു. അയിത്തമടക്കമുള്ള നിരവധി ദുരാചാരങ്ങളെ എണ്ണിപ്പറഞ്ഞുകൊണ്ട്, അതിനെതിരെ എസ്.എൻ.ഡി.പി യോഗം പരസ്യമായി രംഗത്തുവന്നു. സ്ഥാപക സെക്രട്ടറിയായി തെരഞ്ഞെടുക്കപ്പെട്ടത് ആശാനായിരുന്നു. ഇതോടെ അദ്ദേഹം ഉൽപ്പതിഷ്ണുക്കളായ മനുഷ്യരുടെ ശ്രദ്ധാകേന്ദ്രമായിത്തീർന്നു. 1920വരെ എസ്.എൻ.ഡി.പി യോഗത്തിന്റെ മുഖപത്രമായ വിവേകോദയത്തിന്റെ പത്രാധിപത്യം വഹിച്ചു. ഗുരുവിന്റെ ആത്മോപദേശ ശതകം 1904ൽ ആശാന്റെ ആമുഖത്തോടെ പ്രകാശിപ്പിക്കപ്പെട്ടു.

1907ൽ 'നളിനി' മുതൽ ആശാന്റെ ഒട്ടേറെ ഖണ്ഡകാവ്യങ്ങൾ പ്രസിദ്ധീകരിക്കപ്പെട്ടിട്ടുണ്ട്. വീണപൂവ്, ദുരവസ്ഥ, കരുണ, ചണ്ഡാലഭിക്ഷുകി, പ്രരോദനം, പുഷ്പവാടി തുടങ്ങിയവയാണ് ആശാന്റെ പദ്യകൃതികൾ. ഒട്ടേറെ ഗദ്യകൃതികളും അദ്ദേഹം രചിച്ചു. 45-ാം വയസ്സിലാണ് കുമാരനാശൻ ഭാനുമതിയെ വിവാഹം കഴിക്കുന്നത്. അതിൽ സുധാകരൻ, പ്രഭാകരൻ എന്നീ രണ്ടുകുട്ടികൾ പിറന്നു.

1913ൽ തിരുവിതാംകൂർ നിയമസഭയിലേക്ക് ആശാൻ നോമിനേറ്റു ചെയ്യപ്പെട്ടു. ജാതിവ്യവസ്ഥക്കെതിരെ പടപൊരുതാനാണ്, കവി എന്ന നിലയിൽ തനിക്കു ലഭിച്ച പദവികളും ആശാൻ ഉപയോഗിച്ചത്. സാമൂഹ്യപരിഷ്കരണത്തിന്റെ ഒരു വ്യത്യസ്ഥ ധാര കൂടി അങ്ങനെ മലയാള മണ്ണിൽ പിറവികൊണ്ടു. പൊതുപ്രവർത്തനത്തിന്റെ കല്ലും മുള്ളും നിറഞ്ഞ വഴികളിലൂടെയായിരുന്നു ആശാന്റെ സഞ്ചാരം. നിയമസഭാംഗം എന്ന നിലയിലും, കവി എന്ന അർത്ഥത്തിലും അധഃസ്ഥിതരായ ജനവിഭാഗങ്ങൾക്കായി ആശാൻ അക്ഷീണം യത്നിച്ചു. അദ്ദേഹത്തിന്റെ കാലത്തും, അയ്യങ്കാളി, വക്കം മൗലവി, സഹോദരൻ അയ്യപ്പൻ, കേളപ്പജി, എ.കെ.ജി, പി.കൃഷ്ണപ്പിള്ള തുടങ്ങിയവരുടെ മുൻകയ്യിലും കൈകൊണ്ട സാമൂഹ്യപരിഷ്കരണ പരിശ്രമങ്ങളാണ് 'ആധുനിക കാലത്തെ അത്ഭുതസംഭവം' എന്ന് ഗാന്ധിജി വിശേഷിപ്പിച്ച 1936ലെ ക്ഷേത്രപ്രവേശന വിളംബരത്തിലേക്കും മറ്റും വികസിച്ചത് എന്ന കാര്യം കൃതജ്ഞതാപൂർവ്വമേ നമുക്കു സ്മരിക്കാനാവൂ.

മലയാളസാഹിത്യത്തിലെ എക്കാലത്തേയും സ്മരണീയ നാമധേയങ്ങളിലൊന്നായ കുമാരനാശാന് ഏറെക്കാലം ആയുസ്സുണ്ടായിരുന്നില്ല.

1924 ജനവരി 16ന് റെഡീമർ എന്ന ബോട്ട് പല്ലനയാറ്റിൽ മുങ്ങിയുണ്ടായ അപകടത്തിൽ അദ്ദേഹം മരണമടഞ്ഞു.

ബൃഹത്കാവ്യങ്ങളൊന്നുമെഴുതാതെ മഹാകവിയായിത്തീർന്ന [illegible] ഖണ്ഡകാവ്യങ്ങളിലൂടെയാണ് സഹൃദയമനസ്സുകളിൽ ഇടംപിടിച്ചത്. മലയാളത്തിലെ ആദ്യത്തെ ഖണ്ഡകാവ്യമാണ് 1907ൽ ആശാൻ രചിച്ച വീണപൂവ്. പ്രണയത്തിന്റെ ശക്തി വായനക്കാരന്റെ ഹൃദയത്തിൽ സ്ഥാപിച്ചെടുക്കുന്ന ഈ കൃതി മനുഷ്യജീവിതത്തിന്റെ ക്ഷണികതയെക്കുറിച്ചും നിസ്സാരതയെക്കുറിച്ചും പാടുന്നു. മലയാള കാവ്യ ചരിത്രത്തിലും ആശാന്റെ രചനാസപര്യയിലും നിർണായകസ്ഥാനം കൈവരിച്ച കവിതയാണ് വീണപൂവ്.

'ഹാ പുഷ്പമേ, അധികതുംഗപദത്തിലെത്ര
ശോഭിച്ചിരുന്നിതൊരു രാജ്ഞികണക്കയേ നീ.'

എന്നുതുടങ്ങി,

'കണ്ണേ മടങ്ങുക, കരിഞ്ഞുമലിഞ്ഞുമാശു
മണ്ണാകുമീ മലരു വിസ്മൃതമാകുമിപ്പോൾ
എണ്ണീടുകാർക്കുമിതു താൻ ഗതിസാദ്ധ്യമെന്തു-
കണ്ണീരിനാൽ? അവനിവാഴ്‌വു കിനാവു, കഷ്ടം.'

എന്നു സമാധാനിക്കുന്നിടത്തെത്തും വരെയുള്ള വരികളിൽ എപ്പോഴും നാശത്തിന്റെ നിഴലിനാൽ പിന്തുടരപ്പെടുന്ന നമ്മുടെ ജീവിതത്തെത്തന്നെയല്ലേ ആശാൻ ചിത്രീകരിച്ചത്.? വീണപൂവിന്റെ രചനയുടെ ശതാബ്ദി പിന്നിട്ട കാര്യം വായനക്കാർ ഓർക്കുമല്ലോ.

അനശ്വരസ്നേഹത്തിനുവേണ്ടി നായിക സ്വയം സമർപ്പിക്കുന്നതിന്റെ ചിത്രം ഭംഗിയായി കോറിയിടുന്നത് 1911ൽ വിരചിതമായ 'നളിനി' യിൽ നാമനുഭവിക്കുന്നു. കളിക്കൂട്ടുകാരനായ ദിവാകരനെയോർത്ത്, മറ്റു വിവാഹലോചനകൾക്കു വഴങ്ങാതെ നളിനി നാടു വിടുന്നു. യാദൃച്ഛികമായി പഴയ കാമുകനെ കാണുന്നു. സാധാരണ ജീവിതത്തിലേക്കു മടങ്ങാൻ ഉത്സാഹിച്ച നളിനിയെ ഈ ലോകസുഖങ്ങൾ നൈമിഷികങ്ങളാണെന്ന് ഉപദേശിക്കുകയാണ് ദിവാകരൻ. അതുൾക്കൊണ്ടുകൊണ്ട് സന്തോഷാധിക്യത്താൽ തളർന്ന നളിനി ദിവാകരന്റെ മാറിടത്തിലേക്കു വീണ് മരിക്കുന്നു.

തന്നതില്ല പരനുള്ളുകാട്ടുവാ-
നൊന്നുമേ നരനുപായമീശ്വരൻ
ഇന്നു ഭാഷയിതപൂർണ്ണമിങ്ങഹോ
വന്നുപോം പിഴയുമർത്ഥശങ്കയാൽ.-

എന്ന പ്രസിദ്ധമായ വരികൾ നളിനിയിലേതാണ്. 'സ്നേഹമാണഖില സാരമൂഴിയിൽ' എന്ന വിഖ്യാതമായ ചൊല്ലും ഈ കവിതയിലേതുത ന്നെ. ആശാന് സ്നേഹഗായകൻ എന്ന വിളിപ്പേരു ചാർത്തിക്കിട്ടുന്നത് നളിനിയിലൂടെയാണ്. 1914ൽ രചിക്കപ്പെട്ട 'ലീല' യിൽ മദനമായുള്ള പ്രണയത്തെ വകവെക്കാതെ ഒരു ധനികനായ വ്യാപാരിക്ക് അച്ഛൻ ലീലയെ വിവാഹം ചെയ്തുകൊടുക്കുകയാണ്. ദുഃഖിതനായ മദൻ മനസു തകർന്ന് അലയുന്നു. വനത്തിൽവെച്ച് ലീലയെ കണ്ടു മുട്ടുന്നു. ഒരു നിമിഷത്തെ സമാഗമനത്തിനുശേഷം ഇരുവരും നർമദയിൽ ചാടി ആത്മഹത്യ ചെയ്യുന്നു.

'പഴകിയ തരുവല്ലിമാറ്റിടാം
പുഴയൊഴുകും വഴി വേറെയാക്കിടാം
കഴിയുമവ മനസ്സിമാർ മന-
സ്സൊഴിവതശക്യമൊരാളിലൂന്നിയാൽ.'

- എന്ന് പ്രേമത്തിന്റെ ഗതി ആശാൻ വ്യക്തമാക്കുന്നത് 'ലീലയിലൂ ടെയാണ്.

സാമൂഹ്യനീതിക്കുവേണ്ടി വെമ്പൽകൊള്ളുന്ന ആശാന്റെ മനസ്സിന്റെ കണ്ണാടിയാണ് 1922ൽരചിക്കപ്പെട്ട 'ചണ്ഡാലഭിക്ഷുകി'. ബുദ്ധഭിക്ഷു വിൽ മാതംഗി എന്ന ചണ്ഡാല ബാലികക്കുണ്ടായ പ്രണയത്തിന്റെ ദീപ്തിയാണ് ഈ കവിതയിൽ പ്രസരിക്കുന്നത്. ജാതിമതങ്ങളുടെ നിരർ ത്ഥകതയെ തകർത്ത് ബുദ്ധധർമത്തിൽ ഒരുമിക്കുകയാണ് ആനന്ദനും ചണ്ഡാലിയും.

ജാതി ചോദിക്കുന്നില്ല ഞാൻ സോദരി
ചോദിക്കുന്നു നീർ, നാവു വരണ്ടഹോ

എന്ന വരികളുടെ അർത്ഥവ്യാപ്തി മഹോന്നതമാണ്. ഭിക്ഷുകിയിലെ പ്രകൃതിവർണന തന്നെ സവിശേഷമായ ഒന്നാണ്.

കേരളപാണിനി എന്നറിയപ്പെടുന്ന എ.ആർ. രാജരാജവർമയുടെ വിയോഗത്തിൽ ഉള്ളുലഞ്ഞ് 1919ൽ എഴുതിയ 'പ്രരോദനം' തീവ്രവും ഉദാത്തവുമായ ഒരു സ്നേഹാർച്ചനയാകുന്നു.

വത്സാ,!മൽപ്രിയ രാജരാജ!വിരവോ-
ടെന്തിനു വിണ്ണേറുവാ-
നുത്സാഹിച്ചത്? ചൊൽകാ നീ കനിവോടെ-
ന്നോർക്കാഞ്ഞതീ ഞങ്ങളെ.

എന്ന് സുഹൃദ്വിയോഗത്താൽ വിലപിക്കുകയാണിവിടെ കവി.

മനുഷ്യകഥാനുഗായികളായ ആശാൻകൃതികളുടെ മികച്ച ഉദാഹരണമാണ് 1922ൽ രചിക്കപ്പെട്ട ദുരവസ്ഥ 1921ലെ മലബാർ കലാപത്തോടുള്ള പ്രതികരണത്തിന്റെ പശ്ചാത്തലവും ഈ കവിതക്കുണ്ട്. ഒരു പ്രത്യേക സാഹചര്യത്തിൽ സന്ധിക്കേണ്ടിവന്ന ചാത്തൻ എന്ന പുലയ യുവാവും സാവിത്രി എന്ന നമ്പൂതിരിപ്പെൺകൊടിയും സമുദായാചാരങ്ങളെ കാറ്റിൽപ്പറത്തി ഭാര്യാഭർത്താക്കൻമാരാവുന്നതിന്റെ ചിത്രമാണ് ദുരവസ്ഥയിൽ കാണാനാവുക.

'ചെറ്റദൂരത്തച്ചെരുവിലൊരു ജലം-
വറ്റിയ തോടാണതിന്റെ വക്കിൽ
ഒട്ടു കിഴക്കായൊരില്ലിക്കൂട്ടം തെന്നൽ
തടി വടക്കോട്ടു ചാഞ്ഞു നിൽപൂ.'
തുടങ്ങിയ പ്രകൃതി ജീവൻ തുടിക്കുന്ന ചിത്രത്തിൽ തുടങ്ങി,
'തൊട്ടുകൂടാത്തവർ തീണ്ടിക്കൂടാത്തവർ
ദൃഷ്ടിയിൽപ്പെട്ടാലും ദോഷമുള്ളോർ
കെട്ടില്ലാത്തോൽ തമ്മിലുണ്ണാത്തോരിങ്ങനെ
ഒട്ടല്ലഹോ ജാതിക്കോമരങ്ങൾ.'

എന്നിങ്ങനെ അയിത്തം നിലനിൽക്കുന്ന സമൂഹത്തിന്റെ ദുരിതങ്ങളും 'ദുരവസ്ഥ'-യിലുണ്ട്.

1919ലാണ് ആശാന്റെ 'ചിന്താവിഷ്ടയായ സീത' പ്രസിദ്ധം ചെയ്യുന്നത്. വാത്മീകി മഹർഷി ലവകുശന്മാരോടൊത്ത് അയോദ്ധ്യയിൽ പോയപ്പോൾ ആശ്രമത്തിൽ തനിച്ചായ സീത ജീവിതത്തെക്കുറിച്ചു നടത്തുന്ന മുൻപിൻ വിചാരങ്ങളും അതിൽ ശ്രീരാമന്റെ പ്രവൃത്തികളെ വിമർശിക്കുന്നതും, തന്റെ തന്നെ ചെയ്തികളെ പുനരാലോചനക്കു വിധേമാക്കുന്നതും ഈ കവിതയിൽ കാണാം. മലയാളകവിതയിലെ ആദ്യത്തെ ഫെമിനിസ്റ്റു രചനയായി ചിന്താവിഷ്ടയായ സീതയെ കാണുന്നതിൽ തെറ്റില്ല.

കനിവാർന്നനുജാ പൊറുക്ക, ഞാൻ
നിനയാതോതിയ കൊള്ളിവാക്കുകൾ
അനിയന്ത്രിതമായ് ചിലപ്പൊഴീ
മനമോടാത്ത കുമാർഗമില്ലെടോ.-

എന്ന് സീത ക്ഷമാപണം നടത്തുന്നത് ഈ കവിതയിൽ വേറിട്ടുകേൾക്കാം. രാമനെ അപായപ്പെടുത്തി തന്നെ സ്വന്തമാക്കാൻ ലക്ഷ്മണൻ ശ്രമിക്കുകയാണെന്ന്, മുമ്പ് മാരീചന്റെ മായാവിദ്യയുടെ സമയത്ത് താൻ നടത്തിയ കുറ്റപ്പെടുത്തൽ വെറും തെറ്റിദ്ധാരണയാണെന്ന് ബോധ്യം വന്ന സീത മനസ്സാ നടത്തുന്ന മാപ്പപേക്ഷയാണിത്.

ഒരു വേള പഴക്കമേറിയാ-
ലിരുളും മെല്ലെ വെളിച്ചമായ് വരാം.
ശരിയായ് മധുരിച്ചിടാം സ്വയം
പരിശീലിപ്പൊരു കയ്പുതാനുമേ.

എന്നതുപോലെ പഴഞ്ചൊല്ലിൽപ്പെടുത്താവുന്ന വരികളാൽ സമ്പന്നവും മനുഷ്യമനസ്സിന്റെ സഞ്ചാരവർണ്ണനകൊണ്ട് ഉദാത്തവുമായ സീത ക്ഷമയോടെ വായിച്ചാസ്വദിക്കേണ്ട കൃതിയാണ്. ഇതിന്റെ രചനയ്ക്ക് ഒരു നൂറ്റാണ്ട കഴിഞ്ഞതും ഇവിടെ നമുക്ക് ഓർത്തിരിക്കാം.

1923ൽ രചിക്കപ്പെട്ട കരുണ വായനക്കാരുടെ ശ്രദ്ധയ്ക്ക് പാത്രമായ മറ്റൊരു വിശിഷ്ട കാവ്യമാണ്. വേശ്യാവൃത്തി നടത്തി ജീവിച്ചുപോന്ന വാസവദത്ത എന്ന സ്ത്രീയ്ക്ക് അവിചാരിതമായി ഒരു ബുദ്ധഭിക്ഷുവിനോട്, അതുവരെ മറ്റാരോടും തോന്നിയിട്ടില്ലാത്ത അനുരാഗമനുഭവപ്പെടുന്നതും എന്നാൽ 'സമയമായില്ല' എന്നുപറഞ്ഞ് ഭിക്ഷു ഒഴിഞ്ഞുമാറുന്നതും ഒടുവിൽ ഒരു കൊലപാതകക്കുറ്റത്തിന് ശരീരാവയവങ്ങൾ ഛേദിക്കപ്പെട്ട് ചുടുകാട്ടിൽ തള്ളപ്പെട്ട വാസവദത്തയെ ഭിക്ഷു ഉപദേശിച്ച് പാപമുക്തയാക്കുന്നതുമാണ് കരുണയിലെ ഉള്ളടക്കം.

ഭയം ജനിപ്പിക്കുന്നതും മൂകത തളംകെട്ടിനിൽക്കുന്നതുമായ ശ്മശാന വർണ്ണന കരുണയുടെ പ്രത്യേകതയാണ്.

ചികഞ്ഞെടുത്തെന്തോ ചില ദിക്കിൽനിന്നു ശാപ്പിടുന്നു
പകലെന്നോർക്കാതെ കുറ്റൻ കുറുനരികൾ....
ഇരയെടുക്കുന്നു പെരും കഴുകുകൾ ചില ദിക്കിൽ

പരിഭ്രമിയാതിരുന്നു ഭയങ്കരങ്ങൾ... - ഇവ അത്തരം ചില വരികൾ മാത്രം! ലൗകിക ജീവിതത്തിന്റെയും സമ്പന്നത്തിന്റേയും നിരർത്ഥകതയും, നിഷ്ഫലതയും വിവരിച്ച് നമ്മെ ഇരുത്തിച്ചിന്തിപ്പിക്കുകയാണ് 'കരുണ'.

നിജാനന്ദ വിലാസം, സുബ്രഹ്മണ്യശതകം, ശിവസ്തോത്രമാല, ആനന്ദലഹരി, തുടങ്ങിയ സ്തോത്ര കൃതികൾ ആശാൻ രചിച്ചിട്ടുള്ളതാണ്. ശങ്കരാചാര്യരുടെ സൗന്ദര്യലഹരി 1901ൽ അദ്ദേഹം തർജ്ജമ ചെയ്തു പ്രസിദ്ധം ചെയ്തിട്ടുണ്ട്.

പ്രഭാത നക്ഷത്രം, ഒരു മംഗളാശംസ, സിംഹനാദം, സ്വാതന്ത്ര്യ ഗാഥ എന്നിങ്ങനെ ഇരുപതു ചെറുകവിതകളടങ്ങുന്ന മണിമാല എന്ന കവിതാസമാഹാരം 1924ലാണ് പുറത്തുവന്നത്. പല കാലങ്ങളിലായി എഴുതിയ പതിനാറ് ബാലകവിതകളുടെ സമാഹാരമായ പുഷ്പവാടി 1922ലും ബാലരാമായണം 1916ലും പ്രസിദ്ധീകരിച്ചു.

ഒരുപാട്ട്, അച്ഛൻ, ഉൾനാട്ടിലെ ഓണം, ശരദാസ്തവം തുടങ്ങി അറുപത്തിമൂന്ന് ചെറിയകവിതകളുൾക്കൊള്ളുന്ന വനമാല എന്ന സമാഹാരം 1925ൽ പ്രസിദ്ധീകരിച്ചു. ശ്രീബുദ്ധ ചരിതം (1924), ഒരു സിംഹ പ്രസവം (1908), ഗ്രാമവൃക്ഷത്തിലെ കുയിൽ (1918) [illegible] ശതകം എന്നീ കൃതികളും ആശാന്റേതാണ്.

സാധാരണ നിലയിൽ ജീവിച്ച് മഹത്വത്തിലേക്കുയരുന്ന നിരവധി കഥാപാത്രങ്ങളെ കുമാരനാശാൻ അവതരിപ്പിച്ചു. മലയാളസാഹിത്യത്തിന് ഇന്നും ശക്തി സ്രോതസ്സായി നിലകൊള്ളുന്നതാണ് ആശാന്റെ പ്രതിഭാ വിലാസം. 'ആശാൻ വിപ്ലവത്തിന്റെ വെള്ളി നക്ഷത്രമാണെ'ന്ന് ജോസഫ് മുണ്ടശ്ശേരിയും, 'നവോത്ഥാനത്തിന്റെ കവിയാണെ'ന്ന് തായാട്ട് ശങ്കരനും വിലയിരുത്തിയത് ഈ വെളിച്ചത്തിലാണ്.

സ്നേഹമെന്ന വികാരത്തിന് ആശാൻ നൽകിയ മാനങ്ങളാണ് അദ്ദേഹത്തിന്റെ രചനകളെ പ്രകാശമാനമാക്കുന്നത്.

സ്നേഹത്തിൽ നിന്നുദിക്കുന്നു ലോകം
സ്നേഹത്താൽ വൃദ്ധി തേടുന്നു.
സ്നേഹം താൻ ശക്തി ദേഹത്തിൽ സ്വയം
സ്നേഹം താൻ ജീവിതം-സ്നേഹ
വ്യാഹതി തന്നെ മരണം.

കേരളത്തിൽ ജീവിച്ചിരുന്ന മഹാഭൂരിപക്ഷം ജനങ്ങൾ ജാതിവ്യവസ്ഥയ്ക്കടിപ്പെട്ട് ചവിട്ടിമെതിക്കപ്പെട്ട ഒരു കാലത്താണ് ആശാൻ ഈ വരികൾ കുറിക്കുന്നതെന്നോർക്കണം. ഇതുതന്നെയാവണം അദ്ദേഹത്തിന്റെ മഹത്വത്തിനു നിദാനവും. അന്യജീവനുതകി സ്വജീവിതം ധന്യമാക്കുക എന്നതാണ് ആശാൻകവിതകളുടെ പൊതുസന്ദേശം.

അവനവനാത്മസുഖത്തിനാചരിക്കുന്നവ
അപരന്റെ സുഖത്തിനായ് വരേണം.

എന്ന ശ്രീനാരായണഗുരുവിന്റെ തത്വം ഓളം തല്ലുന്നതാണ് കുമാരനാശാന്റെ കവിതകളുടെ അന്തർധാര എന്ന് പറയുന്നതിൽ തെറ്റില്ല. പ്രതിഭശാലിയായ ഈ സ്നേഹഗായകനു മുന്നിൽ കൈരളി എന്നും ശിരസ്സു നമിക്കും.

ജലാംശം: പ്രതിലോമപരതയുടെ വേനൽക്കാഴ്ചകൾ

എം.പി സുകുമാരൻ നായർ സംവിധാനം ചെയ്ത 'ജലാംശം' എന്ന സിനിമ കേരള ചരിത്രത്തിലെ സ്വാഭാവിക ജീവിതങ്ങളിലേക്ക് ഇറക്കുമതി ചെയ്ത നിർമ്മിച്ച കൃത്രിമ ചിത്രങ്ങൾ അവതരിപ്പിക്കുന്നത് പരിശോധിക്കപ്പെടേണ്ട ഒന്നാണ്.സ്ത്രീവിരുദ്ധവും പൊതുജീവിത നിരാസം കലർന്നതുമായ ഉള്ളടക്കമുള്ള ഈ സിനിമ, ചിട്ടയായ ക്യാമറാ പരിചരണത്തിലൂടെ ശ്രദ്ധ തേടാൻ ശ്രമിക്കുന്നുണ്ട്.

ജീവിക്കാൻ ഒരേ സമയം നാലു മാർഗ്ഗങ്ങൾ സ്വീകരിക്കുന്ന തന്ത്രജ്ഞനായ കുഞ്ഞൂഞ്ഞ് എന്ന മദ്ധ്യവർഗ്ഗ കഥാപാത്രത്തിലൂടെയാണ് സിനിമ നീങ്ങുന്നത്. മനയ്ക്കലെ മനയ്ക്കലെ കാര്യസ്ഥപ്പണിക്കിടെ കുഞ്ഞൂഞ്ഞ് അവിടത്തെ സ്ത്രീയുമായി രഹസ്യലൈംഗിക വേഴ്ചയിലേർപ്പെടുന്നുണ്ട്. ഏതു നിമിഷവും പുരുഷന് വശംവദയാകാൻ കൃ നില്ക്കുകയോ, അവന്റെ ഇച്ഛയ്ക്കൊത്ത ചലിക്കുകയോ പരിഭവിക്കുകയോ ചെയ്യുന്നവരാണ് സിനിമയിലെ കുഞ്ഞൂഞ്ഞിന്റെ വൃത്തത്തിലെ സ്ത്രീകൾ.

സിനിമയിലെ കുഞ്ഞൂഞ്ഞ് കർഷകസംഘം പൊരുതിനേടിയെടുത്ത അവകാശങ്ങളെ അംഗീകരിക്കാനോ ആനുകൂല്യങ്ങൾ അനുവദിക്കാനോ തയ്യാറാകുന്നില്ല. ജോലിക്കു കൂലി വിളയായിരുന്ന കാലത്ത് അതിന്റെ അനുപാതം അയാൾ ലംഘിക്കുന്നു. പണിമുടക്കിയ

കർഷകത്തൊഴിലാളികളെ വെല്ലുവിളിച്ച് കൊയ്ത്തിനു തുനിയുന്ന അയാൾ, സിനിമാ നിരൂപകനായ സി.എസ്. വെങ്കിടേശ്വരന്റെ ഭാഷയിൽ പറഞ്ഞാൽ (മാതൃഭൂമി ആഴ്ചപ്പതിപ്പ്, പുസ്തകം 93, ലക്കം 3) ‘പെട്ടെന്നുള്ള [illegible] ജന്മിത്തത്തിനെതിരെ സമരം ചെയ്തു. നേടിയ സമരനേട്ടങ്ങളെ പരിഹസിക്കുന്ന വർഗ്ഗനിലപാടൊന്നും ഇവിടെ വിഷയമേ അല്ല. പ്രതിലോമകാരിയുടെ തലച്ചോറിൽ വന്ന ക്ഷണികമായ രാസമാറ്റം മാത്രമാണ് കൊലയ്ക്കുത്തരവാദി! വെങ്കിടേശ്വരന്റെ പക്ഷപാതിത്വം അതിശയകരം തന്നെ.

‘പാർട്ടിയുടെ അധികാര ഘടനയ്ക്കു സംഭവിക്കുന്ന നിർവ്യക്തികതയും വ്യവസ്ഥാപരതയും, ആർക്കും തടയാനാവാത്ത വിധി പോലെ വരുന്ന അതിന്റെ പ്രഭാവത്തിൽ ‘എല്ലാവരുടെയും’ നിസ്സാഹായത, മുകൾഘടകങ്ങൾ പറഞ്ഞതനുസരിച്ചു പ്രവർത്തിക്കുന്ന ഒരു അധികാരയന്ത്രം ആയിത്തുടങ്ങിയിരിക്കുന്നു പ്രസ്ഥാനം’ എന്നിങ്ങനെസി.എസ്.വെങ്കിടേസ്വരൻ സിനിമയിൽ നിരീക്ഷിക്കുന്നതെല്ലാം അധീശവർഗ്ഗം ഈ കമ്മ്യൂണിസ്റ്റുപ്രസ്ഥാനത്തെ ചാപ്പകുത്താനുപയോഗിച്ച അറുപഴഞ്ചനും ശത്രുതാപരവുമായ വിതണ്ഡവാദങ്ങൾ തന്നെയാണ്. അഥവാ കമ്മ്യൂണിസ്റ്റു പാർട്ടിയുടെ നിൽപ്പു പോലും ചതുർത്ഥിയായ ജന്മി-മുതലാളിമാരുടെ നിലപാടു തന്നെ.

1957 ലെ കമ്മ്യൂണിസ്റ്റു ഗവൺമെന്റിന്റെ ഭൂരിപരിഷ്കരണത്തിന് ആഴവും പരപ്പും പോരാ എന്ന ഇടതു തീവ്രവിമർശനങ്ങളും ഇവിടെ ഓർമ്മിക്കാം. അന്ന് തോട്ടം മേഖലയെ ഭൂപരിഷ്ക്കരണത്തിന്റെ പരിധിയിൽ പെടുത്തിയില്ല എന്നും മറ്റും ഇന്നു വിലപിക്കുന്നുണ്ട് പലരും പക്ഷേ, ഒഴിപ്പിക്കൽ നിരോധനം, വിദ്യാഭ്യാസ പരിഷ്ക്കരണം പോലുള്ള പ്രാഥമിക നടപടികൾ പോലും സഹിക്കാനാവാത്ത ജന്മിത്തശക്തികളുടെ അസഹിഷ്ണുതയോ, വിമോചനസമരത്തിന്റെ സംഹാരസ്വഭാവമോ ഒന്നും എതിർക്കപ്പെടേണ്ട ഒന്നായി ഇരുപത്തൊന്നാം നൂറ്റാണ്ടായിട്ടും വലതു ബുദ്ധിജീവികൾ കാണുന്നില്ല എന്ന കാര്യം ഇവിടെ സ്മരണീയമാണ്.

ജയിൽവാസം കഴിഞ്ഞു വന്നിട്ടും അധമത്തത്തിന്റെ അധോതലങ്ങളിൽ പുളയ്ക്കുന്ന നായകനെ കാമവിരുന്നൂട്ടാൻ സംവിധായകൻ കമ്മ്യൂണിസ്റ്റുകാരിയെ മാത്രമേ തെരഞ്ഞെടുക്കുന്നുള്ളൂ. എന്നതു ശ്രദ്ധിക്കേണ്ടതാണ്. തന്റെ അച്ഛനെയും ഭർത്താവിനെയും കൊന്നവനുമായി ലൈംഗികസുഖമാസ്വദിക്കുന്ന ഈ ‘കമ്മ്യൂണിസ്റ്റുകാരി’ പാർട്ടി മീറ്റിങ്ങുകളുടെ ഓർമ്മകളുള്ളവളും തന്റെ വിദ്യാഭ്യാസത്തിന്

നായകൻ ചെയ്ത സഹായത്തിന് ഉപകാരസ്മരണയുള്ളവളുമാണ്! ഇത്തരമൊരു നികൃഷ്ട കഥാപാത്രത്തെ കേരളചരിത്രത്തിലെവിടെയും കാണാനാവില്ലെങ്കിലും എം.പി.സുകുമാരൻ നായരുടെ സിനിമയിൽ കാണാം; ലോകാത്ഭുതം തന്നെ! ഇവിടെ സിനിമ പ്രതിലോമപരതയും വിട്ട് മനുഷ്യത്വനിരാസത്തിലേക്കു ചുവടുകൾ വെക്കുന്നു. മാത്രവുമല്ല, ഈ കമ്മ്യൂണിസ്റ്റുകാരിയാവട്ടെ ചായക്കച്ചവടത്തിന്റെ വിശദാംശങ്ങളും കാമസംതൃപ്തിക്കായുള്ള അനുകൂലനങ്ങളെയുമാണ് കുഞ്ഞൂഞ്ഞുമായുള്ള സംഭാഷണമദ്ധ്യേ തെര്യപ്പെടുത്തുന്നത്!

ചിത്രാവസാനത്തിൽ കേവലം കൂലിയടിമകൾ മാത്രമായ ഇതര സംസ്ഥാനതൊഴിലാളികൾ കേരളത്തിന്റെ തൊഴിൽമേഖലയിലേക്കു കടന്നുകയറുന്നതിന്റെ സൂചനകളുണ്ട്. ഇതാണോ ആവോ കമ്മ്യൂണിസ്റ്റു ബാധയൊഴിഞ്ഞാൽ ജീവിതത്തിൽ അവശേഷിക്കാൻ സാദ്ധ്യതയുള്ള ഏക ജലാംശം? ചരിത്രത്തിലെ എല്ലാ നിർഭാഗ്യങ്ങൾക്കും ഇടതുപക്ഷക്കാരെ കുറ്റം ചാർത്തുകയും അതേസമയം മൂല്യങ്ങൾക്കു വേണ്ടി നിലകൊള്ളുന്ന ഇടതുപക്ഷക്കാരെ തുടച്ചുനീക്കാൻ പ്രതിജ്ഞയെടുക്കുകയും ചെയ്യുന്ന താല്പര്യങ്ങൾക്കായാണ് ഈ ചിത്രം സമർപ്പിക്കപ്പെടുന്നത്.

(ഓറ മാസിക, ജൂൺ 2015)

ഉടൽ വിചാരങ്ങൾ

ഒന്നുകിൽ വേട്ടക്കാരനായി തീരുകയോ അല്ലെങ്കിൽ ജീർണമോ അസംബന്ധമോ ആയ ഒരു ജീവിതവ്യവസ്ഥയുടെ ഇരയായിതീരുകയോ ചെയ്യേണ്ടിവരുന്ന നമ്മുടെ കാലത്തെ ആൺ അവസ്ഥകളുടെ അസ്വസ്ഥത പകരുന്ന ഒട്ടേറെ ചിത്രങ്ങൾ കാഴ്ചവെക്കുന്ന നാടകമാണ് കോഴിക്കോട് ലോകധർമി തിയേറ്റർഗ്രൂപ്പിന്റെ ഉടലുകൾ. ഡോ.പ്രദീപൻ പാമ്പിരിക്കുന്ന് എഴുതി എം.കെ..സുരേഷ്ബാബു സംവിധാനം ചെയ്ത ഈ നാടകം, സമകാലീന പുരുഷജീവിതത്തിലെ സുപ്രധാനമായ ഒരേടിനേയാണ് അനാവരണം ചെയ്യുന്നത്.

സുഹൃത്തിന്റെ വീട്ടിൽ പോകാനായി റെയിൽവേ സ്റ്റേഷനിൽ വൈകിയെത്തിയ രണ്ടു ചെറുപ്പക്കാർ, ട്രെയിൻ കിട്ടാത്തതിനാൽ തൊട്ടടുത്ത റോഡരികിലെ ഒരൊഴിഞ്ഞ സ്ഥലത്ത് നേരംപുലരുവോളമിരിക്കുന്നു. അവരുടെ സരസ സംഭാഷണങ്ങളിലൂടെയാണ് നാടകം നീങ്ങുന്നത്. മൂന്നാമതൊരാളില്ലാത്തതിനാൽ പരസ്പരം കുറ്റങ്ങളും കുറവുകളും അവർ പെറുക്കിയെടുക്കുന്നു. സഹോദരിയുടെ വിവാഹം കഴിയാത്തതിന്റെ ആധികളും, സർക്കാറുദ്യോഗസ്ഥയെ മാത്രമേ വിവാഹംകഴിക്കൂ എന്ന സർക്കാർ ജീവനക്കാരന്റെ ദുഃശാഠ്യങ്ങളുമെല്ലാം സംഭാഷണമധ്യേ കടന്നുവരുന്നു.

സൗഹൃദസംഭാഷണം പുരോഗമിക്കവേ, എതിർലിംഗത്തെക്കുറിച്ചുള്ള ചിന്ത അവരിലേക്ക് കടന്നുവരുന്നു. വിജനതയും ഇരുട്ടും തണുപ്പും നിറഞ്ഞ ഈയൊരു ചുറ്റുപാടിലേക്ക് ഒരു പെണ്ണു കടന്നുവരികയാണെങ്കിൽ

എന്തായിരിക്കും സ്ഥിതി ഒന്നാണ് യുവാക്കൾ ആലോചനപ്പെടുന്നത്. നാമവളോടെന്തുപറയും എന്ന ചോദ്യം അവർ പരസ്പരം പങ്കുവെക്കുന്നു. വിലക്കയറ്റമുൾപ്പെടെ സാമൂഹിക, രാഷ്ട്രീയകാര്യങ്ങൾ പറയാമല്ലോ എന്ന ചിന്ത അവർ കൈമാറുന്നു. പറഞ്ഞുകൊണ്ടിരിക്കെ, അവളെ സ്വന്തമാക്കാമെന്ന ഒരാഗ്രഹം അവരിലൊരാൾ മുന്നോട്ടുവെക്കുന്നു. അങ്ങനെ കൊടുമുടിയിൽനിന്ന് സമുദ്രത്തിലേക്കു പതിച്ച ചിന്തകളുമായി ഉറക്കത്തിലേക്കും സ്വപ്നങ്ങളിലേക്കും അവർ വഴുതിവീഴുന്നു.

നാടകം പിന്നീട് തുടരുന്നത് പുലർകാലത്താണ്. ഉടൻ സുഹൃത്തിന്റെ വീട്ടിലേക്കു പോകാനുള്ള തിടുക്കത്തിനിടെ, ആ രാത്രി അവിടെ ഒരു പെൺകുട്ടി ബലാത്സംഗം ചെയ്യപ്പെട്ടതായി അറിയുന്നു. തികച്ചും ജനനിബിഡമായിരുന്ന ആ പ്രദേശമെന്ന് വെളിച്ചംവീണ് തെളിഞ്ഞുവരുന്ന സൂചനകളിൽനിന്ന് അവർ തിരിച്ചറിയുന്നു. എന്നിട്ടും, ഒരു പെൺകുട്ടി അപമാനിക്കപ്പെട്ടു! പിന്നീട് സ്വന്തം നിരപരാധിത്വം തെളിയിക്കാനുള്ള വെമ്പലിലാണവർ. അതിനിടെ അവരിലൊരാൾ തിരിച്ചറിയുന്നു. തന്റെ സഹോദരിയാണ് അപമാനിക്കപ്പെട്ടത്.

തലേന്ന് തങ്ങൾ പങ്കുവെച്ച വികാരം, തങ്ങളെ ഒരു ദുരന്തത്തിന്റെ മാപ്പു സാക്ഷിയാക്കിത്തീർന്നുവെന്ന നടുക്കത്തിലേക്ക് അവരുണരവെ, നാടകത്തിന് കർട്ടൻ വീഴുന്നു.

സ്ത്രീയെ തിരിച്ചറിയാൻ കഴിയാത്ത പുരുഷന്റെ പാപ്പരത്തം ചർച്ചചെയ്യപ്പെടുന്ന ഉടലുകൾ സമകാലീന ജീവിതത്തിന്റെ ഉള്ളു നോവിക്കുന്ന പ്രമേയങ്ങളിലൊന്നിന്റെ സാക്ഷാത്കാരമാണ്.

വിനു കുറുവങ്ങാടും ശശിധരൻ കൊയിലാണ്ടിയും ദിലീപ് അണേലയുമാണ് ഈ നാടകത്തിലെ അഭിനേതാക്കൾ.

(വാരാദ്യമാധ്യമം 2012 ജൂലായ് 8)